VĂN HỌC MỚI

TẠP CHÍ VĂN HỌC NGHỆ THUẬT

PHÁT HÀNH MỖI THÁNG / 1 SỐ (1 NĂM 12 SỐ) Năm thứ VIII

Editor-in-Chief: HÀ NGUYÊN DU

Assistant Editor-in-Chief : NT LỆ THU

General Secretary : Lệ Thu & Vương Thư Sinh

Secretary & Manuscript Reader : Bạch Xuân Phẻ

Publishing Technology:

Phạm Hồng Thái & Ngã Phương Huyền

Thư từ, bài vở, ngân phiếu - xin gởi về:

(Văn Học Mới - New Literature Magazine)

Tòa Soạn

(Newsroom)

To: HA NGUYEN

10291 Arundel Ave.

Westminster, CA 92683 - 5821

vanhocmoi4@gmail.com

ntlthu1016@gmail.com

tapchivanhocmoi.tho@gmail.com

https://tapchivanhocmoi.com

https://vanhocmoi.com

ĐẠI DIỆN PHÁT HÀNH

Canada**: Phan Ni Tấn** <phannitan@yahoo.ca>

Canada : **Hoàng Xuân Sơn** <hoangxuanson@hotmail.com>

Minnesota: **Kimchi Hoang** < hkimchi2006@gmail.com>

Georgia: **Đức Phổ**<dducpho@gmail.com>

Massachusetts: **Lâm Chương** <lamchuong495@gmail.com>

Louisiana: **NgT Hồng Hải**<nhattannguyen575@yahoo.com>

Houston: **Nguyễn Minh Triết**<lntt_2000@yahoo.com>

San Jose: **Phạm Hồng Thái**<thaihpham@gmail.com>

Paris:**Trang Thanh Truc<trangthanhtrucparis@yahoo.fr>**

VN: NT Lệ Thu<ntlethu1016@gmail.com>

Germany **Trần Văn Tích**

TRONG SỐ NÀY

NGUYỄN KIẾN THIẾT • NGUYỄN THỊ KHÁNH MINH • TUỆ TRUNG • NGÔ NGUYÊN NGHIỄM • NGUYỄN VĂN SÂM • VŨ HOÀNG THƯ • HOÀNG XUÂN SƠN • TRỊNH Y THƯ • ĐỨC PHỔ • HUỲNH LIỄU NGẠN • PHẠM QUỐC BẢO • QUYÊN DI • HÀ VŨ GIANG CHÂU • TÂM THƯỜNG ĐỊNH • LƯƠNG THIẾU VĂN • VIÊN DUNG • LÊ HỮU MINH TOÁN • HÀ NGUYÊN DU • TRĂNG TIỀN PHƯƠNG • HUỲNH KIM QUANG • NGUYỄN ĐÌNH TỪ LAM • SA CHI LỆ • NGÃ PHƯƠNG HUYỀN • NGUYỄN MINH TIẾN • TIỂU LỤC THẦN PHONG • NGUYỄN HÒA TRƯỚC • TRẦN QUÝ TRUNG • HUỲNH VIẾT TƯ • BẠCH XUÂN PHẺ • QUẢNG XUÂN • HỒ XOA • TRẦN DANH THÙY • TÔN NỮ MỸ HẠNH • LÂM BĂNG PHƯƠNG • MINH NGUYỄN • NGUYỄN AN BÌNH • NGUYỄN HỒNG LINH • TRUNG CHINH HO • DŨNG NGUYÊN • NGƯỜI SÔNG HẬU • NGUYỄN NGUYÊN PHƯỢNG • LÊ KHÁNH NHÂM • NHẬT QUANG • ĐOÀN TAM KỲ • SAN PHI •

mục lục

VĂN HỌC MỚI SỐ 43

LỜI TÒA SOẠN

oOo

Văn Học Mới – Số 43 | Tháng Tám
Giao mùa, Giao tình

"Em không nghe mùa thu
Dưới trăng mờ thổn thức..."
(Lưu Trọng Lư)

Tháng Tám – *mùa giao mùa dịu nhẹ như một bản nhạc đang lặng lẽ chuyển cung.* Gió nhẹ hơn, nắng thôi gay gắt, và trong không khí ấy, thi ca bỗng vang lên những nốt trầm ấm áp lạ kỳ. Với người nghệ sĩ, đó là thời khắc tìm lại khoảng không cho trái tim thổn thức.

"Lá rụng đầy chưa em, chiều nay có lạ
Gió có về nghiêng ngả cõi tâm tư..."
(Nguyên Sa – "Tháng Tám")

Trong văn chương tiền chiến, mùa thu từng là nơi trú ngụ của cái đẹp mong manh và tuyệt đối. Đinh Hùng từng mượn thu để vẽ nên chân dung một người đẹp siêu nhiên:

"Thu về tím ngắt chiều sông
Em như bóng nguyệt, lạnh lùng áo bay..."
(Đinh Hùng)

Còn nhà thơ Pháp **Paul Verlaine** thì viết:
"Les sanglots longs / Des violons / De l'automne..."
(Những tiếng nức nở kéo dài / Từ cây vĩ cầm mùa thu...)

Mùa thu phương Tây ngân lên thành âm thanh. Mùa thu phương Đông lại đượm buồn thanh thoát – một nỗi buồn biết mỉm cười. Và với người Thi Sĩ hôm nay, tháng Tám không chỉ hiện hữu trong khí trời, mà còn ẩn hiện trong ánh nhìn, vạt áo lướt qua, hay một sự vắng mặt dịu dàng đến nao lòng.

Mùa thu không còn là một mùa – ***mà là một trạng thái tâm hồn***. *Mời bạn cùng **Văn Học Mới** bước vào không gian ấy: **nơi đạo lý gặp gỡ thi ca, nơi trăng thu lộng lẫy trong lòng người, và nơi chữ nghĩa vẫn được nâng niu như ánh sáng cuối mùa.***

"Văn chương không phải là cây đèn treo trước gió, ***mà chính là ngọn gió làm lung lay những ngọn đèn không đủ sức sáng...***" (Nhà văn Thạch Lam)

Trong cảm hứng đó, **Văn Học Mới – Số 43** *xin được gửi đến quý độc giả* những bài viết mang đậm khí vị thi ca và đạo hạnh, trong đó có:

1. Thơ, hư cấu và nỗi sợ phản bội, một phê bình triết mỹ học về sự "nói dối" trong thi ca
2. Tiêu chí lý tưởng nhất của những dòng chảy văn học VN
3. Sáng tác một bài thơ - viết một truyện ngắn ... những giống nhau và sự khác biệt nào cần phải học hỏi
4. Không làm điều tốt là có tội / nhận định, phân tích bài viết cư sĩ Nguyễn Minh Tiến

Chúng tôi xin gửi lời tri ân sâu sắc đến các cộng tác viên ưu tú đã góp ***châu ngọc văn chương,*** *cũng như quý độc giả đã đồng hành trong từng số báo.* Chính mỗi lượt đọc, mỗi ánh mắt dừng lại nơi con chữ, mỗi sự đón nhận lặng thầm ấy… là mạch nguồn duy trì sự sống cho tạp chí của chúng ta …

LTS Văn Học Mới

NGUYỄN KIẾN THIẾT

TRÍCH LƯỢC MỘT SỐ MẢNH VỤN VĂN HỌC - Kỳ 6

*Mời bạn đọc xem *Văn Học Mới* từ Kỳ 1, số **38**, tháng 3/2025. Tất cả chú thích và hình ảnh minh họa đều có ở Phần trọng tâm của quyển sách.

XXV.- Từ một câu Tục ngữ tản mạn về Nỗi lòng ông giáo

Tình cờ đọc một bài báo đăng trên tạp chí *Văn Nghệ* in sau năm 1975 có bình giải về một câu tục ngữ "*Ăn **hóc** học hay*", chúng tôi đã mạo muội đính chánh và dẫn giải câu tục ngữ đúng ra là "*Ăn **vóc** học hay*". Đồng thời khi tản mạn về "Nỗi Lòng Ông Giáo", chúng tôi có đề cập đến những ý kiến, nhận định của các giáo sư, tiến sĩ, khoa học gia miền Bắc về vấn đề giáo dục cùng những dẫn chứng cụ thể. Chẳng hạn như GS Hoàng Tụy "Phải chăng giáo dục đang đi lạc đường?", GS Nguyễn Xuân Hãn "Chương trình sách giáo khoa hiện nay có hại cho học sinh", GS Nguyễn Lân Dũng "Chất lượng giáo dục chưa cao"... Ngoài ra TS Trần Thị Minh Phương soạn "Sách giáo khoa Tiểu học lại "ngọng" đến buồn cười". Còn món "canh gà Thọ Xương" làm phụ huynh sửng sốt về cách giải thích *sai* của một học sinh (ăn ngon); nhưng cô giáo Hà Thu Thủy đã phê bài làm của học sinh đó là "**Có ý thức làm bài, và cho điểm +8**"?

Đặc biệt khi đề cập tới "Bịnh thành tích và sự dối trá", nhà văn Tô Nhuận Vỹ đã cực lực lên án: "*Là một nền giáo dục thì tuyệt đối không nuôi dưỡng sự dối trá! Phẩm chất cần có trước hết của người trí thức là sự trung thực. **Nền giáo dục giả dối chỉ có thể tạo ra những con người lừa thầy phản bạn làm tan nát cả một nền giáo dục***" (Nguồn: http://saolinh.org/vi/recs/Giao-duc/su-doi-tra-va-chuyen-nuc-cuoi-cua-nganh-giao-duc-34/).

Cuối cùng chúng tôi kết luận. Cái Học ở nước ta cũng có lắm chuyện bất bình thường, rất lạ để nói. Trước lạ sau quen. Rồi đây những cái không bình thường sẽ trở thành bình thường. Chúng ta có nên vô tư chấp nhận hay không?

Thế hệ học sinh ngày nay cần phải biết phân biệt phải-trái, đúng-sai; chẳng hạn như Hai Bà Trưng đánh giặc nào, đoạn kết chuyện cổ tích Tấm Cám ra sao. Học sinh chúng ta nên biết ngàn năm ô nhục Ải Nam Quan, thác Bản Giốc; Hoàng Sa-Trường Sa muôn đời là của Việt Nam; "anh hùng Lê Văn Tám" không có thật trong lịch sử, nhưng lại là tên một công viên lớn ở Sài Gòn, cũng như tên của nhiều trường Trung, Tiểu học từ Nam chí Bắc! Người học trò muốn học hay học giỏi phải biết bất bình khi có người nói: "*Tự Lực Văn Đoàn là một đoàn cải lương, Nhất Linh là một tài tử cải lương*", hoặc thắc mắc: "*Nguyễn Trãi, tác giả Bình Ngô đại cáo là nhà bảo vệ môi trường*" như sách giáo khoa môn Văn lớp 10 đã ghi (*Người Việt Online*, 07/08/2006). Và **người trí thức chân chánh phải biết đoạn tuyệt với sự giả dối.**

Mong rằng những "hiện tượng" không bình thường nhứt thời nẩy sẽ không lấn át được cái "bản chất" tốt đẹp lâu bền của giáo dục. Vì "kế hoạch trăm năm trồng người" ("Bách niên chi kế mạc như thụ nhân" - Quản Trọng thời Xuân Thu 722-479 trước Công Nguyên), chắc hẳn những người có trách nhiệm phải gấp rút chấn chỉnh, sửa sai để tránh cái đại họa như Lão Tử đã từng báo động: "*Làm văn hóa mà sai lầm thì gây tai họa cho muôn* đời".

XXVI.- Một vài nhận xét về Thú chơi Xướng-Họa

1.- Thông thường bài nguyên xướng làm theo *thể luật* gì thì bài họa đáp phải đối lại thể luật đó. Bài xướng luật Trắc thì bài họa phải đối lại luật Bằng; và ngược lại. Tuy nhiên, bài họa khác thể luật với bài xướng vẫn được chấp nhận.

Bài xướng gieo **vần** gì thì bài họa phải theo đúng vần đó. Bài xướng gieo **vần chánh** (vần có âm giống nhau), bài họa phải đáp lại vần chánh. Bài họa dùng **vần thông** (vần có âm na ná giống nhau) hoặc **cưỡng** áp (gượng) thì bài họa phải gieo vần thông, đôi khi cưỡng áp. Nhưng nên tránh **lạc vận** (lạc: rụng) tức gieo vần sai hoàn toàn.

2.- Ai nấy đều biết thơ phải *có hồn*. Hồn thơ chính là *cái duyên* của thơ. Có người ví thơ không có duyên cũng như người con gái đẹp mà vô duyên. Thơ mà vô duyên thì ít ai đọc. Đọc rồi chưa chắc đã nhớ. Nói khác đi thơ là sự rung động của tâm hồn, là sự rung cảm của trái tim được diễn tả bằng sự thăng hoa của ngôn từ. Thơ có nhiều thể. Thể nào cũng có cái hay, cái dở của nó. Quách Tấn, "người giữ đền" tài hoa, "sứ giả cuối cùng" của dòng thơ cũ, nhà thơ sáng tác trên 1500 bài thơ Đường luật, đã viết: "Đối *với thơ, tôi không tách biệt "mới" và "cũ". Tôi chọn lựa thể Đường luật vì thấy thích hợp với tâm hồn mình*".

(Nguồn:http://nguyetvien.net/showthread php?t=4486&goto=nextnewest).

3.-. Thơ bắt buộc phải có *nhạc*. Thơ khác với văn ở điểm chương cú của thơ ngắn gọn, súc tích, đặc biệt thơ giàu nhạc. Nhạc là một yếu tố rất quan trọng trong thơ. Thơ mà không nhạc chỉ là văn. Theo Quách Tấn, muốn có nhạc, bài thơ cần phải điều chỉnh theo ba yếu tố: Thanh, Vận, Điệu. Nhà thơ còn phân biệt giữa Âm và Thanh: "Âm *là những tiếng không có dấu…, không có cung bậc lên, xuống, thấp, cao. Thêm những dấu huyền, sắc, nặng, hỏi, ngã vào thì* Âm *trở thành Thanh có giọng thấp, giọng cao, giọng lên, giọng xuống*" (Quách Tấn: nguồn đã dẫn).

4.- Thơ còn phải có *hình ảnh*. Nói khác đi: "*Thi trung hữu họa*". Khi phân tích một bài thơ, người ta thường nói bài thơ nọ giàu âm thanh, nhạc điệu, nhiều hình ảnh, đậm nét sắc màu là vậy.

5.- Làm thơ Đường luật đã khó. Họa thơ Đường luật lại *cực kỳ khó*. Nếu quyết tâm "tìm chỗ đoạn trường mà đi", các bạn phải học kỹ phương pháp và nắm vững các quy tắc làm thơ Đường luật; đó là bước khởi đầu gian nan đòi hỏi nhiều cố gắng. Tây phương chẳng có câu: "*Nghệ thuật sanh nhờ cưỡng bách, chết vì tự do*" (L'art nait de contrainte et meurt de liberté) đó sao? Nguyễn Hiến Lê có lý khi cho rằng: "*Niêm luật thơ Đường không làm cản trở sức sáng tạo, mà trái lại còn làm cho bài thơ có vẻ* đẹp *và quý phái riêng của nó*".

6.-. **Không nên** dùng lại chữ thứ 6 các câu 1, 2, 4, 6, 8 của bài xướng. Trong thơ Quốc âm và thơ tiếng Việt đương đại, những quy luật nầy có phần thông thoáng hơn; nhiều khi phải du di khi gặp **tử vận** (xót xa, Lê Lợi, Hà Nội, Sài Gòn).

7.- Thơ và người làm thơ xưa nay vốn "không có tuổi" và "không biên giới". Phan Bội Châu lớn hơn Tương Phố 33 tuổi.

Nhiều cụ quá tuổi "cổ lai hy" vẫn làm thơ tình diễm tuyệt, sáng tác thơ thiếu nhi hồn nhiên tươi trẻ. Một số đông bạn trẻ thời @ vẫn có thể làm thơ bát cú có hồn, đôi khi đạo mạo như những "cụ non". Đã có nhiều cuộc xướng-họa giữa những người làm thơ cùng có tuổi và không có tuổi ở mọi miền đất nước, khắp mọi nơi trên thế giới.

XXVII.- Một vài nhận xét về Thú chơi Câu đối

1.- "Mỗi câu đối là một kết cấu ngôn ngữ ngắn gọn, hài hòa về ngữ âm, rành mạch về nội dung, cân xứng về tiết tấu, êm tai về vần điệu". Câu đối là một thú chơi tao nhã. Tất cả mọi người, mọi giới đều có thể gia nhập "sân chơi" miễn là tuân thủ "luật chơi". Câu đối có thể nói là một khoa Tu từ học đắc dụng cho những ai hằng lưu tâm đến ngôn ngữ học, nói riêng và văn hóa dân tộc, nói chung.

2.- Khi ra vế xuất/vế xướng hoặc họa đối lại, phải nắm vững *nguyên tắc căn bản*, *quy luật* của Câu đối: đó là đối ý và đối chữ. Đặc biệt **Câu đối thơ** (5-7 chữ), phải *tuyệt đối tuân theo luật Bằng Trắc* của thơ.

- **Câu đối phú** (song quan, cách cú, gối hạc), luật Bằng Trắc có thể du di. Bằng chứng là đã có nhiều tay cự phách chuyên trị câu đối đã "thoải mái du di" trong phá cách và sáng tạo, kể cả thất luật (theo Nguyễn Văn Ngọc). Nhưng câu đối vẫn hay.

3.- Phải để ý có bao nhiêu cái "bẫy" trong câu đối, để khỏi "sụp bẫy";

4.- Muốn làm câu đối Hán-Nôm thật chuẩn, *bắt buộc* phải biết chữ Hán, chữ Nôm.

5.- Thoát Hán, thoát Trung: Phải thoát "xác Trung Hoa" để thăng hoa "hồn Việt Nam". Chúng ta nên làm câu đối bằng chữ Quốc ngữ, sử dụng nhiều thành ngữ, tục ngữ, ca dao và điển tích Việt Nam. Chỉ sử dụng rất ít chữ Hán, chữ Nôm hoặc điển tích Trung Hoa thông dụng (trong trường hợp bất khả kháng).

XXVIII.- Câu đối "Thầy Đồ" của Cao Bá Quát

Dựa vào tiểu sử, ta có thể đoán Cao Bá Quát sáng tác Câu đối "Thầy Đồ" trong khoảng thời gian 1851-1854, lúc ông bị đày đi làm giáo thụ ở Quốc Oai. Theo thiển ý, vào năm đầu tiên (tức 1851) bị đẩy ra khỏi kinh đô, dạy học nơi "khỉ ho cò gáy", ông "thầy đồ thầy đạc" bất đắc chí Cao Bá Quát đã viết đôi câu đối "chánh hiệu", nguyên văn như sau:

Nhà trống ba gian, một thầy một cô, một chó cái
Học trò dăm đứa, nửa người nửa ngợm, nửa đười ươi.

"Dị bản" Câu đối Thầy Đồ của *Thời Báo (TB)* đã ghi:

Nhà trống ba gian, một thầy, một cô một **con** *chó cái*
Học trò dăm đứa ***nửa thầy nửa thợ,*** *nửa đười ươi.*

Tôi bị "dị ứng" vì nhiều lẽ.

1.- Thứ nhứt, cái tiểu tựa "Câu Đối Thầy Đồ" do *Thời Báo* (*TB*) đặt, không hoàn toàn phù hợp với nội dung câu đối. Đáng lẽ nên đổi là "Câu đối dán nơi dạy học". Nội dung câu đối "chánh hiệu" phải chăng là bảng "liệt kê tài sản" của nhà thơ-nhà giáo nghèo bị trù dập, gồm đủ: "nhà trống, một thầy, một cô, học trò, chó cái, đười ươi"! Hình ảnh **con chó** (đặc biệt là chó cái) đối lại đười ươi (một giống khỉ giả nhân, to lớn, đi bằng hai chân giống như người) đã nghiễm nhiên đi vào câu đối, vào thơ, rất đặc trưng, nói lên cảnh đời thê lương của nhà giáo ngày xưa cùng nỗi bi phẫn của tác giả.

2.- Thứ hai, từ lúc còn học Trung học, rồi Đại học, đến khi đi dạy học môn Việt văn, và cho tới bây giờ, tôi đều thuộc nằm lòng câu đối *chánh hiệu* đã dẫn. Trong những lần họp mặt Hội Giáo chức, chúng tôi bàn cãi khá sôi nổi về câu đối dị bản của *TB*. Cuối cùng, anh em chúng tôi đã đi đến kết luận: *Không có câu đối nào giống câu đối dị bản của Thời Báo trong văn chương sách vở!*

Tôi đã bỏ ra nhiều thời gian, cất công tìm tòi, tra cứu những tư liệu của đa số nhà văn, nhà giáo, nhà báo, nhà nghiên cứu thứ dữ, học giả thứ thiệt, Nam có, Bắc có, từ trong nước ra hải ngoại, hiện còn sống hay đã ra người thiên cổ, hoặc truy cập trên các trang mạng, v.v... để gọi là "nói có sách mách có chứng". Kết quả, tôi chỉ tìm được **câu đối chánh hiệu** của Cao Bá Quát mà thôi! Điều cần ghi nhận, chỉ có một câu đối "dị bản" do Vũ Ngọc Khánh cung cấp, mỗi vế chỉ **dư** một chữ (gồm cả hai vế đối cân), nhưng vẫn gói trọn nội dung đề tài:

Nhà trống **năm** *ba gian, một thầy một cô, một chó cái*
Học trò **dăm** *ba* đứa, *nửa người nửa ngợm, nửa* đười ươi.

3.- Thứ ba, **câu** đối **dị bản của *Thời Báo* không theo**

đúng phép tắc câu đối.

Trong bài "Thú Chơi Câu Đối" đăng trong *Thời Báo* số Xuân Tân Mão 2011, người viết có đề cập đến phép tắc câu đối, đại để như sau: "*Một đôi* câu đối *bắt buộc phải có hai câu* đi *sóng nhau, mỗi câu là một vế, vế trên, vế dưới...Khi làm câu* đối *phải xét ý nghĩa, số chữ, cách* đặt *câu và luật bằng trắc. Người ta chia câu* đối *làm ba loại: câu tiểu* đối, *câu* đối *thơ và câu* đối *phú*" (tr.13). Tưởng cũng cần nói thêm: mỗi câu đối (hoặc một cặp, một đôi câu đối) gồm có hai vế**, vế trên-vế dưới** cũng được gọi là **vế phải-vế trái, vế xướng-vế họa** hay **vế xuất-vế** đối.

Trở lại câu đối dị bản của *Thời Báo*. Đây là ***câu đối phú cách cú nên phải tôn trọng triệt để thể văn câu đối!*** Lối câu cách cú (cách: ngăn ra; cú: câu) mỗi vế có hai đoạn: một đoạn ngắn, một đoạn dài cách nhau bởi một dấu phẩy **(,)** cốt ý sao cho mạch văn mỗi đoạn không bị đứt. Về luật bằng trắc trong lối câu đối phú thì chỉ kể **chữ cuối vế**, và **chữ cuối đoạn** (gọi là **chữ đậu câu**). Vì vậy, hễ chữ cuối vế là trắc (T), thì chữ đậu câu phải là bằng (B); và ngược lại.

Riêng "Câu đối Thầy Đồ" của Cao Bá Quát đăng trong *TB*, người viết có mấy nhận xét:

- Luật bằng trắc theo đúng. Nhưng dấu phẩy **(,)** tùy tiện ở cả hai vế;
- Mỗi vế đáng lẽ có 11 chữ, nhưng ở vế trên, *Thời Báo* in **dư** một chữ "**con**"! Thành thử vế trên nầy có tới **12** chữ.
- Ở vế dưới, *Thời Báo* đã tự ý sửa chữ "**người**" thành "**thầy**", và chữ "**ngợm**" biến thành **"thợ**"...

XXIX.- Đính chánh nguyên quán của nhà văn Lê Xuyên: quận Trà Ôn

Lê Xuyên là nhà văn, nhà báo có tầm cỡ, yêu nghề, tận tụy với công việc, nổi tiếng với nhiều bộ tiểu thuyết - đặc biệt cuốn *Chú Tư Cầu* (1965). Trước khi xuất bản cuốn *Chú Tư Cầu*, ông chuyên viết bình luận chánh trị với bút hiệu Lê Nguyên. Nhà văn Nguiễn Ngu Í liệt ông vào danh sách "Tam kiệt" gồm Hồ Biểu Chánh, Lê Văn Trương và Lê Xuyên. Sa Giang Trần Tuấn Kiệt xếp ông vào "Tứ đại văn hào Nam bộ" gồm Hồ Hữu Tường, Sơn Nam, Bình Nguyên Lộc và Lê Xuyên. Còn Mai Thảo cho rằng: "*Lê Xuyên có thôn quê trong tâm hồn*".

Về nguyên quán của nhà văn Lê Xuyên, đã có nhiều nguồn tư liệu ghi khác nhau và **không đúng**. Có tư liệu cho rằng ông sanh tại Phong Điền - Cần Thơ (Nguồn: baotreonline.com › nha-van-le-xuyenNhà văn Lê Xuyên - TRE Magazine). Có người khẳng định ông sanh tại Ô Môn - Cần Thơ (Nguồn: https://metaisach.com/chu-tu-cau/#google_vignette). Với sự dè dặt, chúng tôi muốn đính chánh: Lê Xuyên (1/11/1927 – 2/3/2004) tên thật là Lê Bình Tăng, nguyên quán quận **Trà** Ôn [không phải Ô Môn hoặc Phong Điền], tỉnh Cần Thơ (nay thuộc tỉnh Vĩnh Long). Hãy nghe Lê Cần Thơ và Dương Văn Minh, hai cựu đồng môn của ông từng theo học tại Collège de Cantho (tức trường trung học Phan Thanh Giản Cần Thơ) tâm sự.

Lê Cần Thơ viết: "*Anh Lê Bình Tăng, bút danh* Lê *Xuyên, sinh ngày 01 tháng 11 năm 1927, gốc gác người quận* **Trà** Ôn *tỉnh Cần Thơ (nay thuộc tỉnh Vĩnh Long, có lúc là Trà Vinh), thế hệ chúng tôi gọi anh là niên trưởng, bởi anh* đã *học ở trường này "tròn trịa Collégien" 4 năm (1941-1945), lúc* đó *trường mang tên Collège de Can Thơ rồi* đổi *sang Phan Thanh Giản...*" (Lê Cần Thơ: *Những Bạn Văn Nghệ Ngang Qua Đời Tôi* (Tâm Bút). Thư Ấn Quán – 2010 & 2016). Còn Dương Văn Minh đã xác nhận: "*Lê Xuyên và tôi cùng học một lớp. Tròn trịa "Collégien" 4 năm, tốt nghiệp 1945. Anh ở ngoại trú, tôi ở nội trú. Anh tên thật Lê Bình Tăng, gốc gác người quận* ***Trà Ôn****, tỉnh Cần Thơ. Từ Tam Bình qua Trà Ôn phải đi đò máy hay tàu hàng. Tôi ở Tam Bình là xứ rẫy mía theo con kinh đào êm như mơ, thẳng như sợi chỉ là tới "xứ" của Lê Xuyên mang tên Trà Ôn (...) Lê Xuyên vóc dáng trung trung, không mập không ốm, tánh tiền* [**tình**] *hiền như "ma soeur". Lê Xuyên viết nhiều về đời sống của người đồng quê miền Nam*" (*Thời Báo* số 507, ngày 17/09/1999, tr.77).

Nguyễn Kiến Thiết

(Còn 1 kỳ)

NGUYỄN THỊ KHÁNH MINH
THÁNG BẢY VÀ HOA LARKSPUR

Larkspur* đầu mùa bật lên xanh thẫm. Giục giã trời xanh. Tỏa sáng đi. Như nắng đang nạm bạc con sóng đổ vào bờ Laguna. Như gió đang lưu dấu mùi hương. Cánh én nhỏ mùa hè. Gọi Phi Yến tím bay. Bay.

Đánh thức ánh sáng nóng ngái ngủ dưới tàn cây. Mùa hè mọc lên từ bụi hoa nơi ghềnh đá. Màu tím pha huyễn xanh ánh mắt những cô gái đang chạy bộ bước chân bay mùi cát muối.

Hàng cọ thắp nến con đường sinh nhật. Mời anh và em. Rạo rực thắp ngày cháy lên những tia nhọn đầu lá. Trong veo đồng ca. Thánh đường mùa hạ. Tháng bảy và mùa hoa larkspur. Anh đính ước bằng chuỗi đàn én tím bay trên vòm tóc em. Hạ hồng vừa nhen lửa trong vòng tay cát nồng. Chuông sóng.

Những cánh hoa lao xao. Phi Yến ơi mùa xuân đã xa. Rơm tháng bảy hút no nắng cánh đồng hạ nói với nhau về một vụ mùa tình yêu chín ửng. Anh hái tặng em ánh nhìn của ban mai. Hạt pha lê quý nhất em có được.

Con đường óng ánh ngôn ngữ thơ tình hóa em thành con én trên đường bay ý nghĩ của anh. Điểm mùa xuân em nương náu. Cho em được trở về mùa thơ lãng mạn. Những thi sĩ rất thơ ngây của mặt trời mặt trăng mặt đất bình yên, của trái tim chỉ có tình yêu trú ngụ.

Khi đàn gió thả xuống bóng mát. Tháng bảy tràn ríu rít. Hãy tỏa hương đi những nốt nhạc trần gian. Xanh. Và tím. Hãy nhảy nhót như cặp tình nhân kia trong vũ điệu mùa hè. Biển Laguna dồn dập nhịp tim.

Và nhịp gió bàn tay anh. Trong tóc em.

Và nhịp sóng ánh nhìn anh. Trong mắt em.

Khi tháng bảy rụng xuống theo bóng tối. Biển chìm vào đêm. Ánh nến trên hàng cọ lụi tàn. Những cánh hoa bay xa bỏ lại thánh đường cô đơn mùa hè âm vang tiễn biệt…

NGUYỄN THỊ KHÁNH MINH

**Larkspur. Một loài hoa màu tím, tên Việt là Phi Yến.*

NGUYỄN THỊ KHÁNH MINH

GIẤC MỘNG ĐÊM HÈ

Cùng Nguyễn thị Thanh Lương

Nắng của ngày vừa thiếp ngủ
Vườn xanh thơm hương núi xa
Nhịp chân khẽ theo từng nhịp lá

Mềm trên vai. Chiều đang níu lại
Ơi hè xưa. Những ngày thơ dại
Chút buồn thôi. Mà thức rất khuya

Có mối sầu hoa niên đứng đợi
Âm vang mầu sóng sánh mắt ai
Bỏ xuống lòng đêm. Khe khẽ hỏi

Có thanh xuân nào giữ bước thời gian
Cho giấc mơ cùng ta trở lại
Và trong tim dấu nỗi mơ màng

Giấc ngủ loa kèn ngân ngất trắng
Đến hẹn rồi. Mộng mị thơm tho
Đêm đứng lại. Trôi nhau vào tĩnh lặng...

NGUYỄN THỊ KHÁNH MINH
Upland, tháng 8 2023

TUỆ TRUNG
Còn đó một niềm đau

Mài mũi tên cho nhọn,
nuôi chí đã ngàn năm.
Giương cung lên bắn, như Hậu Nghệ,
những tưởng mặt trời sẽ vỡ tan.

Mang gươm qua sông Dịch,
mật lớn tựa Kinh Kha.
Rượu kia mới cạn dăm ba chén,
sao đã vấn vương nỗi nhớ nhà.

Tay cầm ngang ngọn giáo,
tiến lên trước ba quân
nghe giặc hét hò ngoài trận tuyến,
nghe nước non mình, tiếng khóc than.

Còn quá nhiều tiếc nuối,
thời gian vẫn dần trôi,
Nhớ ơi thuở ấy, thời trai trẻ,
hôm nay sao vụn vỡ tiếng cười.

Dọc ngang chưa thoả chí,
Chưa sáng đã hoàng hôn.
Có lẽ tang bồng cơn ảo mộng,
đành nơi quán trọ nhìn mưa tuôn.

Muốn vỡ tung lồng ngực,
còn đó một niềm đau.
Có ai viết lại trang bi sử,
giũ sạch cho tan vạn nỗi sầu.

TUỆ TRUNG

TUỆ TRUNG
RỒI CŨNG TÀN PHAI

Có những nỗi đau đến muộn
và những niềm vui tan mau
khi em không muốn giữ lại
có chi mà không nát nhàu?

Ngoài kia mưa rơi, tôi tưởng
em khóc cho cuộc tình mình,
lỡ thương cho vài hạt nắng
đi lạc vào lòng biển xanh.

Em, màu phấn son đã nhạt,
dưới nghìn giọt lệ tả tơi,
khi bức màn nhung khép lại.
trăng âm thầm lặng lẽ soi.

Hãy ru thêm cơn ngủ muộn
quên đi mình còn cô đơn
hát thêm bài ca tình hận
Em sẽ không thấy tủi hờn.

Bớt cho đời nhau buồn khổ
niềm vui sẽ mãi không vơi
dù đớn đau hay hạnh phúc
cuối cùng rồi cũng tàn phai.

TUỆ TRUNG

NGÔ NGUYÊN NGHIỄM

Trần Yên Thảo chân không để dấu, cuộc thuyết đạo bên dòng phù sinh

Nhà thơ Trần Yên Thảo

A. SƠ HUYỀN

(PHẨM SEN VÀNG I)

Cuộc hành trình bước về chân như, bao giờ cũng mở đầu bằng những bước nhập thế, lặn lội chìm đắm trong nhiều sát na nghiệp lực. Thứ nhất là nhào lộn trên từng nghiệp chướng từ những lần thai sinh, và phủ quanh cuộc phiêu du trong trần thế bằng những phước họa đằng đẵng, gánh vác đầy ngập hai vai.Thứ hai, sự khai mở trí tuệ để bước chân thật trên bước đường hạnh ngộ của hằng hà dấu chân điểm đạo từ vô thỉ đến vô chung.Thứ ba là hạnh nguyện bước lên hóa đạo, trực ngộ sau a tăng tỳ kiếp tu chứng, vừa mở hoác chân như. Sen vàng hiện thân cho cuộc khai ngộ rực rỡ chánh đẳng chánh giác.Người văn nghệ sĩ cũng có một điểm hiện thân gian khổ, trên bước đường chứng ngộ kỳ diệu trong sáng tác. Và tùy quan điểm phù hợp với tư tưởng tâm niệm trong nghệ thuật, thì giây phút nhập thân trên bước sáng hóa ngôn ngữ sẽ sáng lòa trên điểm hóa đạo như người tu chứng.

Một bước nhìn lại, Chân Không Để Dấu mà thiện giả phân đoạn nhiều ngõ ngách, từ những vách ngăn tục lụy, trước quãng đường thiên lý phủ đầy vọng ước , cứ bước đi tiềm tàng không vạch hẳn những phân đoạn mà cuộc lữ hành đang bước qua. Quả thật, nhiều tiếp nối bao vây quanh những cánh hoa mới nở ven đường, hay những gai chông chập chờn rình mò trên bước đường tìm tâm thức, Thì Thơ quả thật đã phủ đầy trên mọi lối rẻ của thơ đi, và thi nhân vắt hết ánh huỳnh quang tâm thức soi vào ngôn ngữ nghệ thuật. Cuộc truy tìm chân không như cách vạch cỏ khai hoang, mà bước hanh thông của con đường trước mặt vẫn chìm ẩn trong tận cùng lục đạo. Quả thật, đâu tìm ra bước khai hoạt bất kỳ trên kiếp phù đồ, để nhân sinh dễ dàng ôm thiên phước mà nhìn trăng soi hoa nở. Hạnh phúc lữ hành phải đi đôi với những bước lao khổ, gói ghém bản ngã trong những cuộc thiền hành gội sạch ý niệm phù hư.

Sự cương quyết của hành giả là một niệm ngoạn mục, chối từ giả tướng hầu mong ước nhập định vào bản thể hành đạo. Cuộc lữ hành còn đầy rẫy chong gai trước mặt, từng bước đi cầu mong nhập thể, mà phong vũ vẫn còn trùng trủng trong cát bụi lãng du. Thế sự là cuộc sống tục lụy, chất chồng hỉ nộ ái ố thì thơ đi sao lướt khỏi tâm trần, hầu chân không để dấu dù một vạch nhỏ vuông đất tử sinh?

Nét sơ huyền nhỏ từng giọt máu sơ nguyên, ôm nặng định quyết bước nhập thể vào lẽ đạo, người hiền giả bất chợt ôm trọn thiện căn từ những không-thời gian cổ đại,bước nhập thể rồi trong đại nguyện sơ huyền. Chứng nhân thấy rằng :

Từ vô biên đã chia tay
Lại chung một chuyến đò đầy qua sông
(Người Tình xưa và Trái Đất)

Từ vô lượng đã định rồi
Thân đơn áo chiếc về chơi ta bà
(Cõi Người Ta)

Rừng tre nhịp võng cơ duyên
Ta nghe như vậy từ thiên thu rồi
(Nhịp Võng Rừng Tre)

Ta nghe như vậy, là nghe thế nào? Trong khi lục căn nặng nề trên lục đạo, phải chăng vứt áo ra đi như từ bãi cũ chiều hôm, hiển hiện bước ta về khiến nằm nghe nước chảy bên cồn Thái

Hư!!! Thơ nhập thể trên bước hành hương đầy thi vị, như chú tiểu ba vá chân đeo lục lạc buổi chiều hôm gõ mõ mà thì thầm vọng hướng khai kinh.

KHAI THỊ SƠ HUYỀN:

Biển lộng gió rừng mù sương
gieo tiền thử bói một phương đất lành
Khi đi về phía sinh thành
gặp em đi ngược nên đành quay lui
(Cõi Sinh Thành)

Em và núi dựng trơ gan
ôm luôn khe lạch tròn trăm cái tình
Cõi ta lọt giữa cõi mình
nên khi sóng vỗ bập bềnh cà hai
(Trên Sóng)

Vàng Thu tóc ngắn phương Đoài
phương Đông còn xõa tóc dài Kim Liên
Rừng tre nhịp võng cơ duyên
ta nghe như vậy từ thiên thu rồi
(Nhịp Võng Rừng Tre)

Dưới lá có hạt minh châu
cuối sân một cụm hoa Ngâu vừa tàn
Mình về đạp lá thu vàng
nghe như tình cũ đang quàng phải giây
(Lá Thu Xưa)

B. DỊ MỘNG

(PHẨM SEN VÀNG II)

Chập chùng vướng mắc trong bước kinh hành, bởi người lữ khách đang phăng dò bước chân mây mờ mịt trước lối đi.Bao nhiêu hơi thở hóa thành những hạt sương bay suốt lộ trình đậm bước sơ huyền. Ảo giác vẫn lượn lờ trong giấc ngủ, kể cả giây phút bàng hoàng chợt tỉnh giấc nam kha. Nồi kê vẫn chưa chín, mà giấc phù đồ xây dựng đã trả qua trăm ngàn kiếp lai sinh, khiến người trong mộng vẫn chưa phân định rõ hư thực. Hoài bảo vẫn nhiều lúc phục sinh bên ảo giác như gió nam non thổi lòn hang đá, lẫn quẫn trong dị mộng chưa hiện thân khiến chân pháp như hư pháp, huyễn hoặc:

Ta về tạc đá non Tây
mình ra biển Bắc gọi mây bên cồn
Dù sương khói rất phiêu bồng
biển xanh từng đã phải lòng non xanh
(Đá và Mây)

Nguyện vọng xóa bỏ giả tướng, mong ngộ nhập chân tướng, nhưng bước đầu xoay bước chân như, mong từ vô thỉ những cội nguồn được phủi bụi vô thường mà nhập thể thường hằng. Nhưng đóa sen vàng vẫn còn nằm trên phật thủ, và ngoái vọng lại sau lưng, chưa nhận ấn tín mật truyền. Căn nguyên chưa khai sáng, tai nghe mắt thấy vẫn soi rọi trong một khoảng cách nhỏ nhoi bởi lục căn còn che khuất. Mà mờ mịt giấc mộng chưa thuần hóa, khiến trên bước du hành, hình dáng trâu tinh vẫn ngoáy nhìn dị mộng:

Ta nằm ngoài nội xa xăm
Tròn con mắt tự trăm năm đến giờ
Thấy trong lãng đãng sương mờ
Một vì sao rụng bên bờ cỏ em
(Sao Đồng Nội)

Vọng tưởng trong phẩm Sen Vàng là điều có thật, khiến ngoài đồng nội chạy dài đến giấc chiêm bao, nhiều lúc hành giả vẫn như trâu tinh dùn dằn cọng ngàm sương khói. Như một vướng mắc chưa có phút giây tháo gỡ, khiến ghịch lại cọng vàm mà ngoáy nhìn xa xưa. Chính việc chưa diệt được niệm trước, nên sự lưu luyến ngã chấp khiến không vượt thoát, dù một chút tri ngộ:

Mình về dù thực dù hư
sao Hôm từ đó tỏ như trăng rằm

Thì ra cách mấy ngàn năm
hạt tương tư đã nẩy mầm tương tư
(Hạt và Mầm)

Lạc lõng trong cơn mộng dị , như hình sương bóng khói phủ trùm trên thần thức những ảo giác. Nhiều lúc, cũng nhận thấy như thế, nhận thấy bằng sự trực giác, nhưng chưa biết đúng sai, chân giả. Nói là như vậy, nhưng đã là dị mộng thì cõi phù đồ vẫn giả tướng, phủ chụp không thương tiếc kẻ vô tâm, lạc đạo. Cái ngoáy nhìn trong giai đoạn nầy, vẫn chứa đầy tâm vọng, luyến tiếc cảnh cũ vườn xưa. Sự dần dặc giữa chân tâm và huyển mộng, làm xao lòng nửa bước thiền hành.

KHAI THỊ DỊ MỘNG:
Mối đùn khe cửa động tiên
nguồn Đào phế bỏ còn em vô thường
Trăm năm giờ vẫn chung giường
mà hình như mộng trăm đường khác xưa
(Dị Mộng)

Còn trong tro đốm lửa tàn
Con chim sầu muộn bỏ ngàn xuống xuôi
Trước rèm lồng bóng trăng soi
Rủ rê thục nữ về chơi quan hà
(Rèm Trăng)

Đường về bóng đổ liu xiu
bếp hong chăn gối đèn khêu thần người
Khi quay nhìn lại đất trời
phấn son kín cả một thời Kim Liên
(Thời Kim Liên)

Sao Khuê chênh chếch hay là
Đèn sương phụ chiếu nghiêng tà áo em
Kẻ xa đừng cách xa thêm
Đêm dài lắm mộng xin đêm đừng dài
(Đêm Dài)

C. NGHIỆP LỰC
(PHẨM BÈO MÂY I)

Trăm phương ngàn cách cố bước qua bờ dị mộng, tạo lại một hình dáng chân thuần, tức là bỏ qua hay xóa bỏ những ngã chấp khuynh loát suốt cuộc hành trình tìm chân tướng. Biết vậy, giải thoát ảo giác trên bước du hành mong" đêm dài lắm mộng xin đêm đừng dài", cầu mong giác tha nhưng vẫn đa mang trong tâm thức nhiều phương hướng giác ngộ thật tự kỷ. Nghiệp lực nương theo vọng chấp mà khuynh loát một khung trời thử thách. Bước đi trên lối cỏ sương bốn mùa nhật nguyệt, tâm vọng là điều muốn tỏ rõ cạnh lối nhỏ sa môn. Tâm vừa thể hiện cuộc hội ngộ trùng phùng, thì tự kỷ vẫn chưa thoát khỏi hành trình, khiến hiền giả bộc bạch vàng thau phân bua tìm lối thoát, nặng nề nghiệp lực:

Bon chen vào chợ thăm dò
bụng ham đường mật giả đò mua vôi
thánh phàm miệng lưỡi lôi thôi
Như Lai cúi xuống nhìn tôi khảy cười
(Lời Bộc Bạch Chân Tình)

Đất trời kín cả khói sương
trăm ngàn đổ lại tìm nương bóng dù
bờ bên kia rất mịt mù
mới đem thần thánh ra hù nhau chơi
(Vẽ Bùa)

Bất cứ hướng đi không định nào cũng là cuộc phiêu lưu vô bờ bến, người trí không thể nằm quanh sự suy đoán mà chờ chân kinh. Sự giải thoát nghiệp lực để trở lại bản lai, là phương tiện thiết yếu giúp đường thơ đi thanh thoát ảo diệu, và đưa tinh thơ nhập thể ngôn từ về một chân tướng như hình ảnh: "Rêu xanh còn tỏ dấu hài/ của người lên núi họa bài cổ thi". Thơ đề trên vách đá, một tượng hình phiêu lãng giăng mắc giữa chân tâm và hư không. Ở đó, hình dạng nghiệp lực chẳng qua cũng nằm trong một giới hạn sinh hóa vô thường. Người ta có thể xoay vòng bên định kiếp do nghiệp kiến tạo , mà đón nhận những câu thơ chuyên chở những đóa hoa rừng hiếm hoi kỳ lạ.Nhưng hoa vẫn là hoa, vẫn nằm trong tri thức và nghiệp lực hữu hạn, không thể thay đổi tượng hình cho một ý thức giải thoát giữa bốn bể tà huy lồng lộng chân pháp. Mà do nghiệp lực phủ kín hướng đi, nên hành giả vẫn thao thức soi bóng giữa đêm tàn giấc lụn, hầu bước khỏi ràng buộc bởi lá cỏ quanh đường thiền hành:

Động từ một giấc chiêm bao
Ngàn xưa nước chảy ngàn sau đá mòn
Sớm không liệu kế vuông tròn
Nên khi nát giỏ đâu còn bờ tre
(Nghiệp Lực)

Bước ra khỏi nghiệp lực, người vác thi ca bằng một cuộc vượt phóng kinh điển, tỏ ngộ một bản thể sáng hóa, như một cuộc hóa thân trên từng ngóc ngách trong một tự tánh bình đẳng ảo diệu và phi thường.

KHAI THỊ NGHIỆP LỰC:
Cái ta trở mặt ta rồi
quăng thanh kiếm sét nằm vùi dưới tro
Mộng còn phá phách trong mơ
nên khi dụi mắt đường vô cùng dài
(Cõi Ta)

Khi chưa kịp trả ơn đời
bóng xô dạt bóng tay rời rã tay
Mình về khóc mướn thương vay
uổng ngàn năm vác đá xây trường thành
(Bỏ Công)

Từ ngày phế trước hoại sau
Chí lăm quậy sóng đục ngầu non tiên
Khi về cải táng tình em
mồ thanh xuân trước đã chen chúc đầy
(Cải Táng)

Lưới vung toan chụp đất trời
bắc cầu vô lượng tìm nơi vô bờ
Một thời hoang phí đường tơ
tả tơi xác nhện bây giờ vong thân
(Tự Truyện).

D. NHẬN DIỆN

(PHẨM BÈO MÂY II)

"Thấy mình lạ hoắc trong gương/mấy trăm năm đã từng nương náu cùng/mở mắt ra hốt ngại ngùng/con sâu cái bướm kỳ phùng chi nhau". Bước ra khỏi ngoại vi nghiệp lực, là tự giải thoát được đường luân di trong giả vọng. Thơ bắt đầu biến thiên trong tự ngã chân tâm, xô đẩy khỏi thị phi hư tướng. Khác gì một trận đi núi, dốc cao gối mỏi, tuột xuống một hang thẩm, ngồi lắng nghe hoang vắng giăng sâu sự thế. Chung quanh rêu dại mọc phủ kín hồn người, bất chợt thông thấu một lương duyên ngàn năm tao ngộ. Hiển giả hình như nhận diện được bước đi của một cuộc hóa thân kỳ vĩ, bên ngoài nghiệp lực vừa được phá thể khai thông. Những cách trở xa xôi vừa được thu ngắn hành trình, dẹp tan nghi ngờ dù chỉ mảy lông mà khoanh tay đứng dựa bên bờ tử sinh, âm thầm nhìn ngắm cuộc hóa sinh bắt đầu khai nhụy:

Lang thang từ buổi ban sơ
từ khi vạn vật còn chờ hóa sinh
bấy giờ vật đã nên hình
mà chân diện mục còn rình rập ta
(Hóa Sinh)

Đưa tay vạch từng bụi cỏ, tìm ra sợi dây sinh lộ, lộn kiếp trở về đỉnh núi trong tư thái nhập thể với bản sắc kỳ diệu. Từ nay, khơi nguồn cuộc dự phóng cho thơ, trong một ý thức sáng tạo và giải thoát cho chính bản năng bằng cuộc nhận diện chính mình:

Lạc lầm từng bước phục sinh
tụng từ vô lượng trang kinh nát nhàu
khí thần trôi dạt phương nào
xác khô tấp lại bên cầu phù du
(Phục Sinh)

Hạt gieo từ bao nhiêu sinh tử kiếp, nghiệp lực dàn trải thăm thẳm trên đường hóa sinh, Bây giờ, sự cảm ngộ siêu tuyệt khiến hiền giả và thơ hóa thân trong một vọng ước vĩnh cửu cho thế giới vô chung. Hình tượng giải thoát lấp ló suốt đoạn đường hóa thân như thế, khiến thi nhân đứng trong phong vũ chống chiếc long trượng, hầu đón bắt được hằng hà tinh tú ngôn ngữ bay trong thời mạt kiếp. Sự nhận diện chính bản thân mình, bản chất vật thể của ngôn ngữ, tinh diệu của đạo pháp, và sự kỳ diệu của ngôn ngữ… hàm chứa tinh hoa vời vợi của bước đường tịch tĩnh hóa đạo.

KHAI THỊ NHẬN DIỆN:
Thánh phàm mất lối tương thông
quyên sinh từ độ núi sông dậy thì
mai sau há dễ tư nghì
còn chưa cái tử mơ gì hoàn sinh
(Một Tiểu Cảnh Thời Mạc Pháp)

Lên non tìm chút thoại đầu
Gặp sư chẳng biết mình cần chuyện chi
Rạch ròi xét nét thị phi
Hóa ra mình cũng hổ nghi cả mình
(Nghi Tình)

Đã xa lắc thuở hồng hoang
Cột xiêu mái đổ đa đoan lối về
Thủy chung vẫn một thằng hề
Còn khoanh tay đứng bên lề tử sinh
(Kẻ Hóa Thạch Bên Đường)

Dốc lòng xuống núi qua truông
Chuyên tâm phổ độ lỏng buông tay cầm
Ngàn năm quỷ vẫn khóc thầm
Cơ hồ sãi đã lật nhầm trang kinh
(Phổ Độ)

E. CÁT ĐÁ
(PHẨM CHÂN TRỜI VÔ NGẠI I)

"Tình cờ lật lại cổ thi/ người trong cổ kính đã đi lâu rồi/ ta về cách tự bao đời/ trong gương vẽ lại hình người soi gương". Hình thái của cuộc diện bích, hóa hiện bản lai diện mục trong những thần khúc nhập tịnh, soi rọi chính chân tâm.

Khi Tổ Đat Ma nhìn vách đá, không quán (diệt trừ) cả hữu vi (có tự tánh) lẫn vô vi (không có tự tánh). Nhưng bơi trong dòng chảy thơ hiền giả lại nhìn trên gương đồng mà chiêm nghiệm tự tánh qua gương. Gương soi mấy lớp, hình người hiện thể mấy kiếp khác nhau. Thế đó, tâm thức có còn động vọng trong mật thể trang nghiêm ? Hay lại là điệu hát vô thỉ, chơi rong cho hết cuộc sinh tử nầy? Bước thật dài trên con đường hướng về chân lý, mỗi bước lưu phương định vị là một cuộc thay đổi áo dưới nhật nguyệt. Thơ hóa hiện trong lưng trời vô ngại, Không cũng không đoạn tuyệt. Có cũng chẳng thường hằng, nghiệp và quả không bao giờ bị mất như lời Phật dạy:

Nụ cười tắt lịm trong gương
vải thưa đem hứng giọt sương trăng tà
Tội cho cơm áo ta bà
mò trăng không thấy hay là không trăng
(Bờ Hư Thực)

Chớp đôi cánh mỏng vàng hoe
giữa rừng Thu một tiếng Ve lạc đề
Lời phàm ý thánh vụng về
nên chi cát đá chưa hề bận tâm
(Cát Đá)

Sự vượt thoát đi vào một chân pháp vi diệu, dòng thơ biến đổi diệu kỳ. Từ gò đá hoang vu đầy những tượng hình trầm luân, đầy đọa giữa hữu và không, bỗng bằng sự bùng nổ trong giây phút trực ngộ tình cờ, như kẻ mù lòa vừa lóe tia sáng đầu tiên. Cánh chim hồng xuất hiện nhảy lên cành cây đại thụ và phóng mình vào trời xanh, ngậm thi thiên rải xuống trùng trùng. Dấu chân xưa vẫn còn hữu vi, nên ghi lại chiếc bóng thần kỳ ngàn nay trải xuống ngàn sau:

Ngao du bỏ thắm lìa hồng
ngàn năm trôi dạt đã đồng qui xưa
Đường mòn cỏ gió đong đưa
dấu chân thiên cổ ướm vừa ngàn sau
(Dấu Chân Xưa)

Có thể, vọng tưởng tán loạn đã được lắng đứng, đưa bản thể vào cảnh giới thuần nhất. Thi nhân ôm thơ tắm gội trong từng hạt sương mai sáng láng, khác gì chim hồng hoan hỉ rỉa lông

Nhìn bầu trời mênh mang thanh thoát. Thơ đã bước vào cảnh giới hóa hiện tân kỳ, bởi yếu tính vĩnh cửu. Hiền giả ngồi suốt thiên thu nhìn dấu chân lạ lẫm vô hình vô tướng mà so bì với trời đất hạo nhiên:

Ra sông ngồi vớt lục bình
cái duyên rất mỏng cái tình đa đoan
Ta về đốt lửa đồng hoang
ngàn năm âu cũng có toan tính gì
(Lửa Đồng Hoang)
Bóng đâu chợt dẫm lên mình
Con chim sâu nhỏ giật mình bay ra
Áo tu trút lại chùa xa
Phớt lờ tiểu dị bỏ qua đại đồng
(Trả Áo)

Từ cát đá, nhà thơ chấp tay hướng về không tánh mà phớt lờ tiểu dị, rời bỏ ngã chấp như tôi mê muội đứng hồ nghi đất trời. Chính phá chấp, chân tánh hiện càng lúc càng rõ ràng, và thơ như những đóm sáng lân tinh trôi bồng bềnh theo gió nổi, cháy hoang sơ trong bầu khí thường hằng…..

KHAI THỊ CÁT ĐÁ:
Tưởng là đá núi chuyển rung
hay là trời đất tự dưng rống gầm
Thì ra mượn ngọn phù trầm
Tây phong xô ngã bờ ngăn thánh phàm
(Ngọn Phù Trầm)

Cát sông đá núi ăn thề
chân mây vô ngại đường về thung dung
Hốt đâu tâm vật rối tung
hay là nước động bóng rung tình cờ
(Nước Động)

Xâm mình ấn nút huyền cơ
cát tung dậy đất rừng trơ dấu Rùa
Đường canh sợi chỉ bung thùa
con thoi nhật nguyệt đánh lừa cơ duyên
(Con Thoi Nhật Nguyệt)

Phất tay giủ sổ bụi đời
lên non ngậm cỏ si người tình si
Chợt nghe giữa lúc toan đi
dường như trong đá tử thi bật cười
Tình cờ quay lại cõi người
lận lưng cái dại vui chơi ít vòng
Bước từ chân bước phiêu bồng
hất tung chữ nghĩa bên dòng phù sinh
(Đất Trọ)

F. CÀN KHÔN
(PHẨM CHÂN TRỜI VÔ NGẠI II)

'Sông trôi lấp kín Hà Đồ/gió vi vút cuốn mịt mờ Thái Hư/Rùa bò xóa dấu Lạc Thư/trong mông quạnh ấy dường như có người'. Chấm phết trong những câu thơ, đã nói lên tam thể đồng quy, thiên địa nhân những vị trí đồng vị một cách hài hòa trong vận chuyển vũ trụ. Trời đất chưa phân chia, cả hổn nguyên chân khí bao bọc quanh hằng hà sa số hoang sơ trong vũ trụ. Mịt mờ cát bụi lưu sa quất quýt trong đại cuồng phong, bất chợt tượng hình. Thái Hư lập dựng hổn man, ngưng tụ trong hằng triệu triệu quang niên, xoay chuyển huyển hoặc phân chia lưỡng nghi âm dương huyển thể. Âm nặng chìm lắng và Địa tượng hình, dương nhẹ bay bổng chín tầng thanh khí và Thiên lập dựng .Thiên Địa hòa đồng trong bốn phương tám hướng, thành lập thiên can-địa chi , ứng khởi 64 quẻ dịch rồi phân hóa thành ít nhất 128 quẻ giăng đầy trong trời đất. Hà Đồ- Lạc Thư ghi chép về truyền thuyết những quẻ dịch như vậy.

Hành giả vừa soi rọi trí tuệ, cân nhắc cho thơ có những đồ hình lập thể, với sáng hóa hướng thơ cho ' vui đời tóc trắng hoa niên' ngạo nghễ bước giữa Hà Đồ Lạc Thư mà vỗ tay ' trồng cây chuối ngược cho Càn Khôn quay'.

Nhập thể vào chân như, phẩm Chân Trời Vô Ngại, từ bước Cát Bụi, hiện thể Càn Khôn, và tan biến trong Vô Chung (phẩm III, phần kết). Suốt con đường hóa hiện từ vô thỉ đến vô chung là một không –thời gian gắn trọn kiếp số đời người. Nên tròn vẹn vành vạnh Thiên Địa Nhân đóng khung cho sự chuyển hóa thần khốc của 'hằng hà' tam thiên đại thiên thế giới. Thi nhân nhiều lúc như cô quạnh đến ngàn năm sau , mà gối đầu lên biển cả ngàn dâu vô thường, nghiệm rằng ' khi về theo ngọn Tây phong/ tình cờ quay lại đời không còn dài':

Cựa mình hạt bụi chơi rong
hóa thân con bướm vờ trông nhau cười
Mang râu đội mũ về đời
nằm mơ chung giấc với người đang mơ
(Mộng Trang Sinh)

Bóng trăng trêu cợt đường về
tay khua bát rỗng chưa hề khổ tu
Ta giờ xõa tóc ngao du
mặc cho thần khí đánh đu xác phàm
(Điệu Gõ Bát)

Hình như, tại đây và đến nơi nẩy thi nhân đã hòa nhập thần khí Thơ vào Thiền tông Thập Mục Ngưu Đồ bức tranh thứ 9 Trở Về Nguồn Cội. Hành giả lặng lẽ nhập thể vào chân tánh , mở cửa bước vào thế giới thanh tịnh chẳng nhận mảy trần..

Thỏng tay xách dép qua rừng
thương cây cỏ vốn chưa từng nghỉ ngơi

Sánh vai tiểu lão vui chơi
trăng không tỏ lối về nơi không về
(Lối Trăng)

Quả thật, hiện tượng vượt phóng giác đạo, bước vào tâm thức thi ca đã đưa thơ hiện thân một bản thể sáng láng siêu tuyệt. Ngôn ngữ luân chuyển trong những biến hình kỳ ảo, mặc nhiên tư tưởng trong thơ đậm nét sinh động sáng tò long lanh trải dài trong ngõ sống tâm linh, từ vô thỉ đến vô chung, và tha nhân thiên thu chiêm ngưỡng trong tự tánh ảo diệu phi thường.

KHAI THỊ CÀN KHÔN:
Ta từ chiếc lá trên cây
bỏ thiên thu chuốc một giây trùng phùng
Cảm thông từ mỗi mạch rừng
con sông trái núi chưa từng ngẩn ngơ
(Khi Thiên Hà Thức Giấc)

Vùi trong mộng mị gối chăn
tưởng quanh trái đất ngàn năm còn thừa
Bây giờ yên dưới bóng dừa
nằm so với biển cũng vừa trống canh
(Biển Cựa Minh)

Bờ Tây lệch gối sang Đông
chợt lim dim đã rêu phong gót hài
Phương kia lỗi mộng phương nầy
một ngàn năm ngủ chưa đầy giác quan
(Lỗi Mộng)
Nước chao hình bóng lập lờ
đất trời từ đó đâm ngờ vực nhau
Dâu còn xanh thẳm ngàn Dâu
con sông chưa cạn núi đâu đã mòn
(Tự Tại)

G. VÔ CHUNG KHÚC
(PHẨM CHÂN TRỜI VÔ NGẠI III)

Trăm phương ngàn cách bước vào thơ hóa sinh vô thường của hiền giả, cũng khiến người đọc chao đảo trong tư tưởng bất phân ly, trải dài trên hướng hóa hiện của thơ. Hình như nhịp thơ đi với nhiều phương cách. Chan hòa trong tư tưởng tâm triết của phương Đông, bay nhảy tận cùng bên những kinh điển, nhưng chánh tâm thi ca được nhìn thấy mênh mông bên hào quang

Lão đạo và Thiền học. chan hòa trong vượt thoát bằng chiêu niệm tử sinh, sắc thần, rừng mê,ý thánh, địa đàng, càn khôn, phù sinh, cõi người, vô thủy, vô biên, ngao du, thiên hạ, thiên thu…Những trầm khúc tịnh yên vẩy gọi mọi người đồng điệu, bước vào tư tưởng quang hóa cực kỳ lộng lẫy trong dỏng thơ có một định nghiệp viên mãn. Không còn quái ngại trước tan biến vô thường, để rổn rang hứng đón từng lời vô ngôn vậy. Nhìn đây:

Nửa đường lột xác ngao du
đôi tay trăng nước ngàn thu chưa rời
mặc tình cửa lấp sông bồi
vẫn nghiêng ngã giữa trận cười vô thanh
(Ngựa Bỏ Yên Cương)

Nương nhờ sức của tự nhiên
chẻ đồi chém núi nhìn xuyên cõi ngoài
Soi gương vẽ lại hình hài
hốt nhiên tỉnh giấc mộng dài trăm năm
(Hướng Ngoại)

Phẩm Chân Trời Vô Ngại III, tách rời được những tâm thức động vọng khi nhập bước luân chuyển thơ hành trình thơ. Bước khởi đầu nguyên thủy trên những phẩm Sen Vàng, Bèo Mây từng bước chân lãng du lưu phương không định hướng còn để lại nhiều dấn chân vọng tưởng.

Thật vậy, Chân Không Để Dấu như bước giang hà, phiêu bạt tiệm tiến cùng trăng gió, tử sinh và đạo hạnh…Như dấu vết dần dần tan biến cùng theo nhịp bước thời gian, từ hiện thể u mê ngàn trước mù lòa ngàn sau, đến những con đường không lối, nhập vào nhịp gõ Trang Chu, mong ước cơ duyên lật nhầm trang kinh, đến phục sinh vô lượng….

Chân Không Để Dấu trở lại phản bổn hoàn nguyên, hình ảnh Thiền tông lá rụng về cội để khép lại chân tướng vi diệu pháp vậy.

KHAI THỊ VÔ CHUNG KHÚC:

Đừng màng ruộng cạn ao sâu
tả tơi gót ngựa về đâu cũng về
tử sinh, mép đã gần kề
hơi đâu bận bịu những thề thốt xưa
(Mép Tử Sinh)

Dọc đường cúi lượm hoa rơi
tiêu pha ngày tháng cuộc chơi công hầu
chờ khi nguyệt xế qua đầu
rủ rê nhau nốc cạn bầu tử sinh
(Nguyệt Xế)
Lỡ từ bước lỡ hồng hoang
tử thi chồng chất ngổn ngang đường về
kịp khi hồn phách gần kề
hóa ra vạn vật chưa hề tử sinh
(Sinh Tử Khúc)

Hình như chót lưỡi có bùa
nói đâu trúng đó từ xưa đến giờ
đàm thiền thuyết đạo vu vơ
mà thiên hạ chẳng ai ngờ tào lao
(Duyên Đầu Lưỡi)

Về rừng gót ngựa thuần lương
dọc ngang đâu khó bằng nương bóng mình
Lời thô ý rất thiệt tình
trong tro có lửa trong mình có ta
Khi xa chăn gối cũng xa
lúc gần địa võng thiên la cũng gần
(Khúc Vô Chung I)

Lúc nương cát bụi về trần
Thân đơn một áo đàn cầm một giây
Chim rừng hót giữa vòm cây
Biển lao xao đón một ngày phục sinh
Hết mù sương, cạn ý tình
Núi sông giờ lại nguyên hình núi sông
(Khúc Vô Chung 2)

NGÔ NGUYÊN NGHIỄM
Viết tại Thư Trang Quang Hạnh
Mùa Hạ- Quý Tỵ (2013)

MẠN CHÚ:

Thi phẩm **CHÂN KHÔNG ĐỂ DẤU** của n*hà thơ- nhà biên dịch TRẦN YÊN THẢO,* gồm 3 phần *SEN VÀNG – BÈO MÂY – CHÂN TRỜI VÔ NGẠI*, tổng cộng 163 bài lục bát (2 bài 6 câu lục bát, 4 bài 8 câu lục bát, 1 bài 5 câu lục bát, và 156 bài 4 câu lục bát).

Khi giới thiệu bài viết về Thi phẩm **CHÂN KHÔNG ĐỂ DẤU**, người nhận định mạn phép chia ra 7 phẩm :

A. SƠ HUYỀN (Phẩm Sen Vàng I)
B. DỊ MỘNG (Phẩm Sen Vàng II)
C. NGHIỆP LỰC (Phẩm Bèo Mây I)
D. NHẬN DIỆN (Phẩm Bèo Mây II)
E. CÁT ĐÁ (Phẩm Chân Trời Vô Ngại I)
F. CÀN KHÔN (Phẩm Chân Trời Vô Ngại II)
G. VÔ CHUNG KHÚC (Phẩm Chân Trời Vô Ngại III)

Nguồn: Tác giả gửi

NGUYỄN VĂN SÂM
TÌNH OAN

Noel năm đó tôi và Hiền ngồi thưởng thức đêm réveillon tại một quán ăn tương đối sang trọng ở góc đường Lê Công Kiều - Nguyễn Văn Sâm. Quán cũng đông khách như tất cả nhà hàng khác trong thời gian lễ lớn. Đặc biệt quán có hai mặt tiền với kiến trúc hình tam giác, ngồi trong nhà hàng ta có thể thấy xe chạy rẽ sang hai phía. Vui vui. Hiền lộ vẻ vui sướng rõ ràng. Trước giờ chưa từng ngồi trong nhà hàng như thế nầy trong thời khắc đặc biệt và trước người khác phái nào mà Hiền rung động thiệt sự bằng trái tim trinh nguyên của người con gái mới lớn.

Tôi để vị hôn thê ở nhà vì Émille không thích đi ra ngoài, cô ấy đưa ra nhiều lý do. Thường là không thể chịu đựng được sự ồn ào của phố phường. Đặc biệt đêm réveillon lý do đó càng thêm vững vàng. Mặt khác, chúng tôi không là hai tâm hồn đồng cảm. Émille luôn nói về chuyện tiền bạc, còn tôi thì thích bàn về âm nhạc và văn thơ. Có lần cô ấy dài môi chê thậm tệ tôi xuất thân từ nhà nghèo được học làm bác sĩ là may rồi lại còn lo chuyện vu vơ âm nhạc với văn thơ.

Tôi hiểu Émille tránh đi ra ngoài với tôi vì tôi có vẽ như thấp hơn em và thường là ăn mặc lùi xùi không xứng đáng với dáng dấp tiểu thơ đài các khi em mặc áo soiré dài phết gót mỗi khi ra ngoài. Émille có cả 4, 5 áo soiré mỗi thứ một màu để đi tung tăng với bạn bè trường Tây của em. Gia đình hai bên đã đồng ý thì em ậm ờ cho qua thời gian thôi. Trong tình trạng như vậy thì tôi vẫn thực tập ở Bịnh Viện Bình Dân mỗi tuần vài ba ngày, được các cô điều dưỡng kháo nhau là tôi 'độc thân tại chỗ' và được các cô đối xử thiệt là thân mật, cô nào có món gì ngon cũng nhứt định mời anh Thục cùng thưởng thức. Cô nầy còn gán tôi với cô kia, gán như vậy nhưng tôi biết thâm tâm muốn đánh tín hiệu: em đây nè, chưa có người yêu.

Cách nay chừng nửa năm thì tôi gặp Diệu Hiền. Số là chị

của em, Hiền Diệu – cái tên của hai chị em được ba má đặt cho một cách quá đặc biệt – bị bịnh ung thư bao tử phải cắt bỏ một phần, Hiền phải vô săn sóc. Trong nửa tháng cả hai chúng tôi cùng ra vô trong một gian phòng người bịnh, thỉnh thoảng cũng gặp mặt nhau. Chắc là người nầy cũng để ý tới người kia.

Hiền có mái tóc thề quá vai, dầy xuông của người mạnh khỏe, cặp mắt thiệt buồn, lúng liếng, đẹp cách gì! Ai ngó qua cũng muốn nhìn lại lần nữa... Tôi có mái tóc hơi quăn trên mái và bồng bềnh của thanh niên nhiều tương lai và tự tin. Tuy vậy chúng tôi chỉ trao đổi về tiến triển bịnh tình của Hiền Diệu, còn thì chỉ là những câu xã giao vô tội vạ. Tôi cũng thường trộm liếc coi ánh mắt của Diệu Hiền có nhìn mình với chút thiện cảm gì hơn là bác sĩ săn sóc và trách nhiệm chữa trị cho chị Diệu của em không. Tất cả đều không ngơ. Bình thường!

Vậy mà một bữa đẹp trời kia khi tôi dắc xe ra gần khỏi chỗ gởi thì Hiền xuất hiện kế bên nói nhỏ thiệt mau, giọng chắc nịch như quan tòa tuyên án:

"Anh Thục xuống Địa Ngục!"

Tôi bàng hoàng. Vậy là lời trách móc tỏ tình rồi. Tôi bình tĩnh cười ruồi:

"Vậy thì xin cám ơn cô phán quan tài giỏi. Sẵn cô phán quan cho biết kẻ tội nhơn nầy phạm lỗi gì và có thể chuộc tội hay không?"

Bị hỏi khó, Hiền làm thinh. Tôi tấn công chớp nhoáng:

"Thôi Hiền cho Thục xin lỗi đã làm Hiền buồn trách."

Thiệt ra đó là câu coi làm *bùa* ăn khách của bất cứ chàng trai nào ở trong trường hợp bị đào giận hờn, phụng phịu. Rồi tôi cũng thỉnh được Hiền lên xe mình để tôi chở đi ăn kem Mai Hương làm quen. Suốt quảng đường đi Hiền lặng thinh và cố tình ngồi không chạm vô lưng tôi.

Tôi hù dọa:

"Nếu người được chở không ôm người chở thì khi xe thắng gấp sẽ có tai nạn đó. Không một cô gái nào thích mặt mày mình bị méo mó u nần đâu..." Tôi đánh thêm đòn tâm lý: "Mà không một ai thích nhìn một cô gái đẹp với một vài khuyếm khuyết trên gương mặt!'

Câu nói vừa dứt, tôi nghe một chút hơi ấm truyền qua lưng mình.

Từ đó qua nhiều khó khăn rồi chúng tôi cũng thành một đôi trẻ trung tay nắm tay tung tăng trên đường phố của Sàigòn hoa lệ.

Tôi dường như cũng quên Émille thui thủi ở nhà, không ghé thăm cô ấy cả tháng trời. Trong thời gian đó tôi xách Hiền đi khắp hết Chợ Lớn, những chỗ tôi biết rằng xác xuất để gặp người quen rất nhỏ. Chúng tôi đi ngang Thương Xá Bách Hỷ trên góc đường Khổng Tử và Trần Hưng Đạo nhiều lần, đó là do tôi đọc được lỏm bỏm hai chữ Tàu nầy trên thương hiệu của tiệm. Khi nghe tôi giải thích thương xá nầy tên *Bách Hỷ* có nghĩa là trăm điều tốt, như ý, thì Hiền đọc bãng hiệu bằng tiếng Mỹ của tiệm và phát biểu:

'Thương hiệu chữ Anh thì là *Back Here*, trở lại đây. Khen cho người nào đó chọn hai chữ Tàu và Anh đều có ý nghĩa lại có phát âm tương tợ nhau."

Tôi khen làm quà:

"Hiền giỏi quá, anh thấy hai chữ nầy từ lâu, nhưng không nối kết chúng lại với nhau được'. Tôi nhấn mạnh: 'Sinh viên Văn Khoa có khác!"

Hình như đó là lần đầu tiên tôi xưng anh với Hiền.

Cô nàng véo vô hông tôi đau điếng:

"Ăn gian!"

Vậy đó, chúng tôi chỉ rước đèn thôi. Tôi không có ý định khám phá những gì bí ẩn trên thân thể của người con gái dễ thương nầy. Trong những phản ứng của Hiền tôi biết đây là mối tình đầu của Hiền. Và cô gái nầy rất dễ xúc cảm.

Một lần nọ Hiền đưa tôi cây kéo và nhờ cắt tóc ngoài sau lưng bằng nhau ngắn hơn và không có cái đuôi nhòn nhọn như lớp trẻ mới sau nầy. Đó là mái tóc thề thời thượng còn xót lại. Tôi cầm kéo vụng về cắt, tóc chảy ra không thể cắt được vì '*người thợ bất đắc dĩ*' đáng lẽ cắt từ nhóm nhỏ, không có kinh nghiệm nên nắm nguyên hết cả lọn cắt. Hiền cười nói: 'Thôi, miễn cho ông thợ vụng, không quen việc cắt tóc thề.' Nghĩ sao không biết, Hiền thêm: 'Chỉ rành sáu câu khi giải phẩu thôi.'

Thiếu nữ khi đưa cho tình nhơn cắt tóc thay vì đi ra tiệm đó là dấu hiệu đã tin tưởng và sẽ gắn bó lâu dài, tôi vui với ý nghĩ nầy trong suốt cuộc đi chơi hôm đó và không biết bao nhiêu lần kế tiếp sau.

Khi tôi trao lại cái kéo cho Hiền, em khám phá đầu hai ngón tay tôi bị thuốc ám khói đen, ra lịnh:

'Anh bỏ hút thuốc đi nha, khói thuốc có hại cho sức khỏe. Yêu em thì anh nên bỏ thuốc.' Em nói với cái cười nhè nhẹ mà gằn mạnh trong từng lời.

Tôi trêu:

'Cám ơn bà bác sĩ.' Tôi cố tình dùng và nhấn mạnh nhóm chữ bà bác sĩ với hai nghĩa. Hiền xụ mặt ngay:

'Em không mơ tưởng được làm bà bác sĩ đâu. Thôi thì trời cho tới đâu thì hưởng tới đó! Tạm làm người tình của bác sĩ thôi.'

Một lần chúng tôi dắc nhau vô rạp hát bóng Đại Nam. Tuồng mới thuộc loại tình cảm nên đông khách đến ngộp thở. Chật ních sảnh đường, phải mất gần nửa tiếng chúng tôi mới từ từ vô trong rạp được. Bên trong tối thui, người đi sau cứ coi theo lưng người đi trước mà tiến tới. Chừng năm phút thì Hiền nói nhỏ chỉ đủ cho tôi nghe:

"Em bị làm hổn."

" Phía trước hay phía sau?"

"Cả hai!"

Tôi bỏ tay ra, không dắc tay em đi ngang nữa mà đi phía sau, che hậu thể của em. Hai tay tôi vòng qua trước bão vệ phần thiêng liêng nhứt của người con gái.

Khi ổn định được chỗ ngồi, Hiền nắm tay tôi để lên đùi em, nói khẻ:

"Anh gian quá, giữ vườn mà thỉnh thoảng hái trộm vài ba trái quí!"

Tôi lấy tay nầy đánh tay kia: " Nè, hái trộm nè! Đánh cho chừa!"

Hiền rút đầu vô ngực tôi:

"Anh cố giữ gìn giùm em nha. Cuộc tình mình là con đường dài đầy chông gai, sau lưng anh còn có chị Émille."

Tôi chận ngang tiếp lời với giọng pha chút khôi hài:

"Và Thạch đứng trước nhà em sẵn sàng để rước nàng về dinh! Anh hiểu."

Buổi ciné ấy tôi vui buồn lẫn lộn, nhưng tôi biết Hiền không vui chút nào. Đàn bà con gái vốn thực tế, cảm thấy con đường cụt thì Trời biểu vui cũng không sao vui được.

$$$

Ăn réveillon xong xả, dẫn nhau ra xe, tôi nói với Hiền:

'Coi như đây là lần đi chơi cuối cùng cùng của hai đứa mình. Tuần tới gia đình Émille tổ chức vượt biên. Noel tụi nó mắc tiệc tùng nên thuận tiện cho người vượt biên. Anh muốn em đi theo."

Hiền biến sắc, nói trong nghẹn ngào:

'Em chờ ngày nầy đã lâu, không ngờ nó tới mau như vậy! Chắc là em không thể theo anh vì sẽ không chịu nỗi cảnh anh và chị ấy thân mật với nhau."

Trời mưa tầm tã, tôi ngoắc một chiếc xích-lô, ra hiệu cho người phu xe ông chạy thẳng vô Chợ Lớn rồi quay lại chỗ nầy. Hai đứa lên xe. Xe chật, Hiền ngồi thỏm gọn trong lòng tôi. Tấm bạt được đậy lại kín mít, che mưa gió tạt. Trong xe, Hiền ôm chặc tôi, nước mắt dàn dụa ướt hết hai bên má tôi nói là em ở lại và nhớ anh mỗi ngày, chắc là khó sống cuộc đời bình thường, vô tư cho tới hết đời. Em biết anh đi chẳng trở về. Ngàn trùng sông nước với sơn khê...

Chia tay, nhìn dáng thất thiểu của người tình bước vô taxi, tôi thương em vô hạn. Đưa bàn tay 'ướt đẩm thắng lợi' tôi nghĩ cách làm sao cho em không buồn nhớ khi tôi ở xa.

&&&

Qua Mỹ mấy mươi năm tôi không ngui nhớ người tình nhỏ bé của mình. Émille học và lấy bằng Kế toán tài chánh CPA, cô nàng tuyên bố ly dị với lý do trước đây tôi đã vụng trộm với một cô nào đó.

Ngồi buồn nghĩ lại không biết kế sách của mình đối phó tình yêu sâu đậm của Hiền với tôi có kết quả bao nhiêu.

Số là chia tay nhau sau bữa ăn Noel đó tôi quyết định làm cho Hiền ghét và quên mối tình đẹp của em. Tôi cố ý tỏ cho một cô y tá trong bịnh viện biết rằng mình *mết* cô ta và chở cô ấy chạy ngang nhà Hiền nhiều bận.

Trước ngày lên đường xuống điểm hẹn ra con cá lớn, tôi lấy hết can đảm ghé nhà Hiền. Vui buồn lẫn lộn khi thấy những bức thơ tình của mình bị xé nhỏ vứt lăn lóc trong một góc nhà. Hiền lạnh lùng quét ánh mắt bén ngót xa lạ với tôi, không nói gì. Tôi có cảm tưởng như như mình bị lưỡi dao sắc lẽm của sát thủ trong truyện ngắn "*Chữ Người Tử Tù*" của Nguyễn Tuân vụt qua thân thể tử tội Nguyễn Cao mà tôi đã đọc khi còn ở Trung Học.

Vui là Hiền đã dứt khoát với tình yêu, em sẽ không nhớ thương tôi suốt năm tháng còn lại như đã nói, để sống một đời bình thường, kết hôn với anh chàng Thạch si tình sanh nhiều con cháu.

Buồn là tôi mang cái Tình Oan bắt cá ba bốn tay, là người không xứng đáng với tình yêu trinh nguyên của em.

Mấy mươi năm ở xứ người, thỉnh thoảng nhớ tới Hiền tôi nhủ thầm: Ít ra mình cũng có một thời gian làm đẹp đời mình và đời một người con gái thơ ngây. Mối tình đó biến thành Tình Oan vì mình chủ trương như vậy. Giải quyết một vấn đề lớn. Dứt khoát. Dầu nhơn vật trong vấn đề lớn đó đã chiếm trái tim tôi từ khi tôi biết yêu và thấy mình được yêu.

Ở tuổi chớm già, mấy ai có được mối tình đẹp để ôn lại. Đẹp vì hai đàng đều biết rằng đối tượng của mình đã có nơi có chốn dầu rằng chưa chánh thức.

Tình Oan do tôi tự tạo. Bây giờ sống cô đơn nơi xứ người, tôi quyết định trân trọng nó như một báu vật. Cũng sẽ không tìm coi Hiền hiện tại sống ra sao để giải thích hay minh oan hành động ngày xưa của mình... Thôi thì hãy để cho quá khứ ngủ yên. Chuyện gì đã qua hãy để cho qua, đừng làm rộn lòng người khác.

NGUYỄN VĂN SÂM

Khởi thảo: San Antonio, TX, May, 1982.

Sửa lại và thêm thắc: Victorcille, CA, Jan, 2025

VŨ HOÀNG THƯ
lá thu

Em là thu
hay thinh không
gọi mùa tôi
tiếng chuông đồng
vực âm
bay
    bay
        bay
    ghé
âm thầm
rũ trong thân phận
tiếng trầm cội rơi
áo khoe buổi sớm
sương mời
phù vân
thôi cũng nát đời như chơi
một vệt ngang
lời kinh rời
ở đây
    đi đến
        thường thôi
cõi này

VŨ HOÀNG THƯ
Tháng 10, 2013

HOÀNG XUÂN SƠN
PHẢN HỒI XANH

Em khỏe rồi
Như con chim sẻ
Lại tung tăng nhặt thóc ngoài sân
Mắt mở to tìm hạt mồi bé
Khỏe đi em
Đời lại ân cần

Như chúng ta đã từng trải nghiệm
Sương khói gần
Rồi bỗng cách chia
Không ai muốn vạch lằn biên tái
Để thương yêu nhuốm bệnh
Xa
Lìa

Mừng em khỏe
Như trăng đầy tháng
Trăng có khi ban nhược da trời
Trắng xanh
Từng bơ phờ
Mê mỏi
Giấc chiêm sâu
Gầy tiếng kiệm lời

Em khỏe lại
Hồn vui chân sáo

Bay ra khỏi đời trận địa lan
Dẩn tới thanh xuân
Niềm rụng tóc
Mướt rượt yêu xưa nỗi phục hoàn
•
h o à n g x u â n s ơ n
june 1. 25

V Ỡ •
Anh gượng nhẹ sợ vỡ nàng
khi những bài thơ chuyển mùa tâm dịch
vẫn hòn mắt sáng tinh anh chiếc má khuyết dần hõm đất

Mùa bệnh em và đất
thơ xanh xao những luống cày giọng không cười vỡ hạt
sợ nàng
ôi.
` nhẹ vỡ
Ai ném những chiếc bình về phía mặt trời
những chiếc bình chứa cam lồ mưa
anh lặn cùng phổi nâu và liếm những hạt xanh ngày sót
khi biển lấn sông hồ vào đầm trạch
đêm bùn đen xỏ rách áo phù sa
mạch đỏ bầy giun khô xác ve đất mặn
người nông dân ngồi khóc thèm một lứa trời chan ngọt

Anh và mặt trời bất lực
hà hơi mấy tép thơ buồn
nhìn những đám mây lủi thủi trôi về phía đập ngăn
)(

h o à n g x u â n s ơ n
{12:33 am} 20 tháng tư
năm hai ngàn mười

TRỊNH Y THƯ
Araby

(Trịnh Y Thư dịch từ ấn bản Dubliners, NXB Alfred A. Knoff, 1991.)

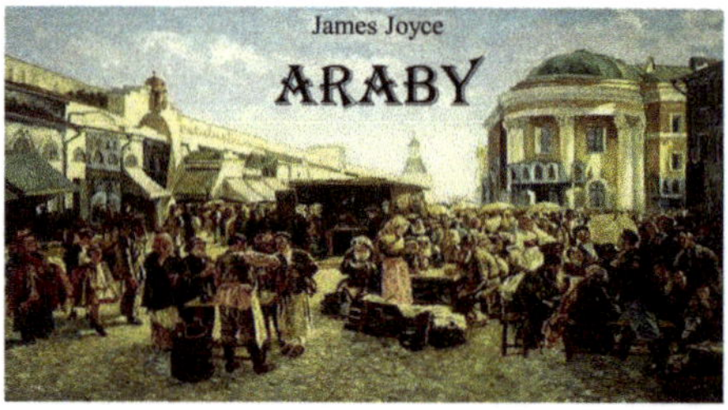

North Richmond là một con phố cụt, thường nó rất yên tĩnh ngoại trừ lúc trường Christian Brothers [1] giải thoát cho bọn trẻ. Một ngôi nhà hai tầng không người ở nằm ở cuối đường cụt trên một khu đất vuông, tách biệt với những ngôi nhà hàng xóm. Những ngôi nhà khác trên phố, ý thức được cuộc sống đàng hoàng bên trong, nhìn nhau bằng khuôn mặt nâu điềm tĩnh.

Người thuê nhà trước đây của chúng tôi, một linh mục, đã chết trong phòng khách phía sau. Nhà đóng kín quá lâu nên không khí ẩm mốc tràn ngập trong tất cả các phòng, riêng phòng chứa đồ phế thải phía sau bếp thì bừa bãi những tờ giấy cũ vô dụng. Trong số đó, tôi tìm thấy một vài cuốn sách bìa giấy, trang sách quăn queo và ẩm ướt: *The Abbot* của Walter Scott, *The Devout Communnicant* và *The Memoirs of Vidocq* [2]. Tôi thích cuốn cuối cùng nhất vì các trang sách đã ố vàng. Khu vườn hoang phế sau nhà có một cây táo ở khoảng giữa và một vài bụi cây rậm rạp, bên dưới một bụi cây, tôi tìm thấy chiếc bơm xe đạp rỉ sét của người thuê nhà quá cố. Ông là một linh mục rất nhân từ; trong di chúc, ông để lại toàn bộ tiền bạc của mình cho các tổ chức, hội đoàn, đồ đạc trong nhà thì để lại cho em gái mình.

Mùa đông đến, ngày trở nên rất ngắn, trời sụp tối trước khi chúng tôi kịp ăn bữa chiều. Lúc ra đường gặp nhau chúng tôi thấy những ngôi nhà khoác lên vẻ buồn rầu, ảm đạm. Bầu trời màu tím liên tục biến đổi và đèn đường tỏa ra những vũng sáng lù mù yếu ớt. Không khí lạnh buốt và chúng tôi chơi cho đến khi cơ thể nóng bừng. Tiếng la hét của chúng tôi vang vọng trên con phố yên ắng. Chúng tôi bày trò chơi bộ lạc đánh nhau trong những con ngõ tối tăm lầy lội phía sau những ngôi nhà, nơi chúng tôi chạy trối chết từ ngôi nhà nhỏ đến cửa sau khu vườn tối tăm nơi mùi thối bốc lên từ hố tro, đến chuồng ngựa tối tăm và hôi hám không kém nơi người đánh xe đang vuốt ve chải bờm chú ngựa hoặc lắc lắc dây cương thắt chặt nghe như một điệu nhạc. Khi chúng tôi trở về, ánh sáng từ cửa sổ những nhà bếp đã tràn ngập khu vực. Nếu thấy chú tôi rẽ vào góc phố, chúng tôi sẽ nấp trong bóng tối cho đến khi thấy chú vào hẳn sau cửa. Hoặc nếu em gái của Mangan [3] bước ra ngoài để gọi ông anh mình vào uống trà, chúng tôi sẽ theo dõi cô bé từ trong bóng tối dọc theo con phố. Chúng tôi đợi xem cô ở lại hay đi vào nhà, và nếu cô ở lại, chúng tôi sẽ ra khỏi bóng tối và bước lên bậc thềm nhà Mangan với dáng điệu ngoan ngoãn. Cô bé đứng đợi chúng tôi, bóng hiện trước luồng sáng từ cánh cửa hé mở đằng sau hắt ra. Mangan luôn trêu chọc cô em mình điều gì đó trước khi nó chịu vào nhà và tôi đứng bên lan can nhìn cô. Chiếc váy cô mặc đung đưa theo bước chân và mái tóc thắt bím mềm mại hất từ bên này sang bên kia.

Mỗi sáng, tôi nằm trên sàn phòng khách phía trước nhìn ra cửa nhà cô bé. Tấm rèm được kéo xuống cách thành ngang khung cửa sổ chỉ hai ba phân để tôi không bị trông thấy. Lúc cô bước ra cửa, tim tôi như nhảy ra khỏi lồng ngực. Tôi chạy ra tiền sảnh, vớ mấy cuốn sách rồi đi theo cô. Tôi đi sau, mắt không rời bóng dáng màu nâu của cô và khi gần đến chỗ mỗi người rẽ sang một hướng khác, tôi bước nhanh và đi ngang qua cô. Điều này xảy ra sáng này qua sáng khác. Tôi chưa bao giờ nói chuyện với cô, ngoại trừ một vài câu xã giao, nhưng tên cô giống như một lời kêu gọi tất cả những dòng máu ngu xuẩn trong người tôi tụ lại.

Bóng dáng cô bé theo tôi ngay cả ở những nơi đối nghịch nhất với sự lãng mạn. Chiều thứ Bảy khi thím tôi đi chợ, tôi phải đi theo để phụ bà bưng những kiện hàng. Chúng tôi đi qua những con phố sáng rực ánh đèn, chen lấn với những gã đàn ông say rượu và những phụ nữ quác mồm mặc cả giá hàng mua bán, tai nghe lời nguyền rủa mắng chửi của những người lao động, tiếng rao hàng [4] the thé của những cậu trai bán hàng đứng canh gác bên những thùng má lợn, tiếng hát giọng mũi của những người hát rong, họ hát một bài *come-all-you* [5] về O'Donovan Rossa [6], hoặc một bản *ballad* về những cảnh khổ trên quê hương chúng tôi [7]. Những thanh âm này hội tụ trong một cảm giác duy nhất về cuộc sống đối với tôi: Tôi tưởng tượng rằng tôi cưu mang chiếc chén thánh [8] của mình một cách an toàn qua bọn giặc thù. Tên cô bé bật lên trên môi tôi vào những lúc cầu nguyện và ngợi ca Chúa một cách kỳ lạ mà chính tôi cũng không hiểu. Mắt tôi thường đẫm lệ (tôi không hiểu vì sao) và đôi khi một dòng thác lũ cảm xúc từ trái tim tôi hình như tràn vào lồng ngực tôi. Tôi chẳng nghĩ ngợi gì nhiều về tương lai. Tôi không biết liệu tôi có bao giờ nói chuyện được với cô bé hay không, hoặc giả nếu tôi nói chuyện được với cô, làm sao tôi có thể nói với cô về cảm xúc hỗn loạn của tôi dành cho cô. Cơ thể tôi giống như một cây đàn *harp* [9] và lời nói cùng cử chỉ của cô giống như những ngón tay chạy trên dây đàn.

Một buổi chiều, tôi bước vào gian phòng phía sau nơi vị linh mục qua đời. Đó là một buổi chiều tối trời và mưa mù mịt, không có tiếng động nào trong nhà. Qua ô cửa sổ kính vỡ, tôi nghe tiếng mưa rơi lộp độp xuống đất, những sợi tơ nước óng ả chơi đùa trên những luống cỏ ướt sũng. Những ngọn đèn xa xa hoặc cửa sổ sáng đèn lấp lánh bên dưới tôi. Tôi thầm cảm ơn vì mình chỉ nhìn thấy rất ít. Tất cả các giác quan của tôi hình như muốn ẩn nấp trốn kín ở chốn nào và, tự cảm thấy rằng mình sắp bị lộ diện, tôi ấn chặt lòng bàn tay vào nhau cho đến khi run rẩy, thì thầm: "*Ôi tình yêu! Ôi tình yêu!*" nhiều lần.

Cuối cùng cô bé nói chuyện với tôi. Khi nghe cô nói những lời đầu tiên, tôi đã rất bối rối đến nỗi không biết phải trả lời thế nào. Cô hỏi tôi có đi chợ phiên *Araby* [10] không. Tôi quên mất mình trả lời có hay không. Đó sẽ là một phiên chợ tuyệt vời, cô nói rằng cô rất muốn đi.

"Tại sao cô không đi được?" Tôi hỏi cô.

Trong lúc nói, cô xoay xoay chiếc vòng bạc đeo cổ tay. Cô bảo cô không thể đi vì tuần đó sẽ có một buổi tĩnh tâm ở tu viện nơi cô đang theo học. Anh trai cô và hai cậu con trai khác đang tranh giành mũ của họ và tôi đứng một mình bên hàng rào. Tay cô vịn một trong những cọc nhọn hàng rào, đầu hơi nghiêng về phía tôi. Ánh sáng từ ngọn đèn đối diện cửa ra vào nơi chúng tôi đứng chiếu vào hiện trên đường cong trăng trắng nơi cổ cô, chiếu sáng mái tóc buông lơi trên cổ, rơi xuống, chiếu sáng bàn tay hờ hững trên hàng rào. Ánh sáng đó cũng hắt xuống một bên váy cô và chiếu vào đường viền trắng của chiếc váy lót, thấy được khi cô đứng với dáng điệu tự nhiên thoải mái.

"Anh đi đi, sẽ vui lắm", cô nói.

"Nếu đi," tôi bảo cô, "tôi sẽ đem về cho cô thứ gì đó."

Không biết bao nhiêu trò hề ngu xuẩn đã quấy phá những suy nghĩ lúc thức và lúc ngủ của tôi sau buổi tối hôm đó! Tôi muốn xóa tan những ngày tháng tẻ nhạt đang diễn ra. Tôi bực bội với công việc ở trường. Ban đêm trong phòng ngủ và ban ngày trong lớp học, hình ảnh cô gái cứ chen vào giữa tôi và trang sách tôi cố gắng đọc. Thanh âm của từ *Araby* vang vọng giữa sự im lặng tâm hồn tôi đang tận hưởng và phủ lên tôi sự mê hoặc phương Đông kỳ bí. Tôi xin phép thím tôi cho tôi đi chợ phiên vào tối thứ Bảy. Thím tỏ vẻ ngạc nhiên và hy vọng rằng đó không phải là một sự kiện của Hội Tam Điểm. Trong lớp học tôi trả lời rất ít câu hỏi. Tôi nhìn khuôn mặt của người thầy giáo chuyển từ dễ chịu sang nghiêm khắc; ông hy vọng rằng tôi không bắt đầu lười biếng. Tôi không thể nào tập trung những suy nghĩ lan man của mình lại với nhau. Tôi hầu như không có chút kiên nhẫn nào với công việc nghiêm túc của cuộc sống, giờ đây khi nó đứng giữa tôi và mong muốn của tôi, đối với tôi, hình như nó chỉ là trò chơi trẻ con, một trò chơi trẻ con xấu xí và đơn điệu.

Sáng thứ Bảy, tôi nhắc chú tôi rằng tôi muốn đi chợ vào buổi tối. Ông đang đứng trước giá treo trong hành lang, loay hoay tìm cái bàn chải chải mũ, và trả lời tôi một cách cộc lốc:

"Được rồi, con trai, ta biết mà."

Ông đang ở trong hành lang nên tôi không thể vào phòng khách phía trước để nằm bên cửa sổ đợi cô gái từ cửa bước ra. Tôi rời khỏi nhà trong tâm trạng bực bội và chậm rãi đi về phía trường học. Không khí thô ráp một cách tàn nhẫn và cảm giác không vui cứ thế dấy lên trong lòng tôi.

Lúc tôi về nhà ăn tối, chú tôi vẫn chưa về. Nhưng vẫn còn sớm. Tôi ngồi nhìn chằm chằm vào chiếc đồng hồ một lúc, và khi tiếng tích tắc của nó bắt đầu làm tôi khó chịu, tôi rời khỏi phòng. Tôi leo lên cầu thang và lên tầng trên ngôi nhà. Những căn phòng trần cao, lạnh lẽo, trống trải, u ám đã giải thoát tôi và tôi đi từ phòng này sang phòng khác, vừa đi vừa hát. Từ cửa sổ phía trước, tôi thấy những thằng bạn của mình đang chơi đùa dưới phố. Tiếng la hét của chúng nó vọng lên nghe dường như yếu ớt và mơ hồ, và, tựa trán vào tấm kính lạnh, tôi nhìn sang ngôi nhà tối mù của cô gái. Có lẽ tôi đứng đó cả tiếng đồng hồ, không thấy gì ngoài hình bóng bộ đồ nâu do trí tưởng tượng của tôi tạo ra, được ánh đèn chạm nhẹ vào chiếc cổ cong cong, vào bàn tay trên hàng rào và vào đường viền bên dưới chiếc váy.

Khi tôi xuống cầu thang, tôi thấy bà Mercer đang ngồi bên lò sưởi. Bà là một bà già lắm lời, góa phụ của một người chủ tiệm cầm đồ, người sưu tầm tem cũ cho một mục đích tôn giáo nào đó. Tôi phải chịu đựng những lời đàm tiếu ba điều bốn chuyện trên bàn ăn. Bữa ăn kéo dài hơn một giờ và chú tôi vẫn chưa về. Bà Mercer đứng dậy, bà rất tiếc vì không thể nán lại thêm được nữa, vì đã hơn tám giờ và bà không thích ra ngoài trễ vì không khí ban đêm không tốt cho bà. Khi bà ra khỏi nhà, tôi bắt đầu đi đi lại lại trong phòng, tay nắm chặt. Thím tôi bảo:

"Chắc là cháu phải hoãn chuyến đi chợ đêm này thôi."

Chín giờ, tôi nghe tiếng chìa khóa loảng xoảng của chú tôi ở cửa hành lang. Tôi nghe tiếng chú nói lẩm bẩm một mình và nghe tiếng giá treo đồ rung lên khi nó chịu sức nặng của chiếc áo khoác ngoài của chú. Tôi có thể hiểu được những dấu hiệu này. Lúc chú đang ăn tối giữa chừng, tôi bảo chú đưa tiền cho tôi để đi chợ. Chú đã quên béng chuyện này.

"Nhưng mọi người ai nấy hiện đã đi ngủ cả rồi, cháu còn đi làm gì nữa?" Ông bảo tôi.

Tôi không cười. Thím tôi đốp chát nói với ông:

"Thì ông cứ đưa tiền cho nó đi đi! Vì ông mà nó bị trễ giờ đấy."

Chú tôi nói chú rất tiếc vì đã quên. Chú nói rằng chú tin

vào câu nói cũ: "Chỉ làm việc mà không chơi bời khiến Jack trở thành một cậu bé buồn chán." Chú hỏi tôi định đi đâu và khi tôi nói với chú lần thứ hai về mục đích đi chợ của tôi, chú hỏi tôi có biết bài thơ *The Arab's Farewell to his Steed* [12] không. Lúc rời khỏi nhà bếp, tôi nghe chú bắt đầu đọc những câu mở đầu bài thơ cho thím tôi nghe.

Tôi nắm chặt đồng *florin* trong tay khi sải bước xuống phố Buckingham về hướng nhà ga. Cảnh tượng những con phố đông đúc người mua kẻ bán và nồng nặc mùi khí đốt khiến tôi nhớ lại mục đích chuyến đi của mình. Tôi ngồi vào toa hạng ba của một chuyến tàu vắng tanh. Sau một hồi chậm trễ không thể chịu đựng nổi, đoàn tàu chậm rãi rời khỏi nhà ga. Nó bò về phía trước giữa những ngôi nhà đổ nát và qua dòng sông lấp lánh ánh đèn. Tại ga Westland Row, một đám đông chen lấn nhau đi lên ở cửa toa tàu, nhưng những người phu khuân vác kéo họ lại, bảo đây là chuyến tàu đặc biệt đi chợ phiên. Tôi ở lại một mình trong toa tàu trống. Vài phút sau, đoàn tàu dừng lại bên cạnh một sân ga gỗ tạm bợ. Tôi bước ra đường thấy mặt đồng hồ sáng đèn chỉ mười giờ kém mười. Trước mặt tôi là một tòa nhà lớn bảng hiệu có cái tên kỳ diệu.

Tôi không tìm thấy lối vào giá sáu xu nào và, sợ rằng chợ sẽ đóng cửa, tôi đi nhanh qua một cửa quay, đưa một đồng shilling cho người đàn ông trông mệt mỏi. Tôi thấy mình ở trong một hội trường lớn với những gian hàng bao quanh, nhưng hầu như tất cả đều đã đóng cửa và phần lớn hội trường chìm trong bóng tối. Tôi nhận ra sự im lặng giống như sự im lặng bao trùm một nhà thờ sau buổi lễ. Tôi rụt rè bước vào trung tâm khu chợ. Một vài người tụ tập quanh các gian hàng vẫn còn mở. Trước một tấm rèm, trên có hàng chữ *Café Chantant* được viết bằng đèn màu, hai người đàn ông đang đếm tiền trên một chiếc khay. Tôi nghe tiếng những đồng xu rơi xuống.

Khó khăn lắm tôi mới nhớ ra lý do mình đến đây, tôi đi đến một gian hàng thấy những chiếc bình sứ và bộ ấm trà có hoa. Ở cửa gian hàng, một cô gái trẻ đang nói chuyện và cười đùa với hai chàng trai trẻ. Tôi nhận ra giọng Anh của họ và nghe họ nói chuyện vu vơ với nhau.

"Ô, tôi chưa bao giờ nói như thế!"

"Ô, nhưng cô có nói thế!"

"Ô, nhưng tôi không nói thế!"

"Chẳng phải cô ấy đã nói thế sao?"

"Vâng. Tôi nghe cô ấy nói thế."

"Ô, có người… nói láo!"

Nhìn thấy tôi, cô gái trẻ tiến lại và hỏi tôi muốn mua gì không. Giọng cô nghe miễn cưỡng, có vẻ như cô chỉ chiếu lệ nói với tôi vì bổn phận bán hàng. Tôi nhún nhường nhìn những chiếc bình lớn đứng như lính gác phương Đông ở hai bên lối vào thiếu ánh sáng của quầy hàng và lẩm bẩm:

"Không, cảm ơn."

Cô gái trẻ sửa lại vị trí của một trong những chiếc bình xong quay lại với hai chàng trai trẻ. Họ lại tiếp tục nói về cùng một đề tài. Một đôi lần cô gái trẻ ngoái đầu lại liếc nhìn tôi.

Tôi nán lại trước gian hàng của cô gái, mặc dù tôi biết làm như thể chỉ vô ích, chỉ khiến cô gái tưởng tôi thực sự muốn mua hàng hóa của cô ấy. Tôi chậm rãi quay đi về phía giữa khu chợ. Tôi để hai đồng xu rơi vào đồng *sixpence* trong túi. Tôi nghe tiếng người từ đầu khu chợ loan báo sẽ tắt đèn. Phần trên của hội trường bây giờ hoàn toàn tối đen.

Nhìn lên bóng tối, tôi nhìn thấy tôi như một sinh vật bị điều khiển và chế giễu bởi sự phù hoa giả tạo, mắt tôi cháy rát vì khổ đau và tức giận.

(Trịnh Y Thư dịch từ ấn bản Dubliners, NXB Alfred A. Knoff, 1991.)

Chú thích của người dịch:

[1] Trường Christian Brothers là một trường Công giáo La Mã dành cho nam sinh. Chính Joyce đã từng học tại đây vào năm 1893.

[2] Sir Walter Scott viết cuốn *The Abbot* vào năm 1820. Đây là một tiểu thuyết lịch sử mô tả các sự kiện xung quanh cuộc đời của Nữ hoàng Mary của xứ Scotland. Dựa trên hai chủ đề

tôn giáo và lãng mạn, câu chuyện tập trung vào nhân vật chính, Roland Graeme, người bị cuốn hút vào một cuộc phiêu lưu lãng mạn – giống như nhân vật xưng "tôi" trong truyện *Araby* này. Nhắc đến cuốn sách này ngay từ phần mở của truyện, Joyce gieo vào trí tưởng người đọc rằng, đối với nhân vật của mình, tình yêu lãng mạn, tôn giáo và vật chất không những chỉ phức tạp mà còn khó hiểu.

Devout Communicant ám chỉ một tác phẩm Công giáo phổ biến do tu sĩ dòng Phan-xi-cô Baker viết. Xuất bản năm 1761, văn bản sử dụng ngôn ngữ ngoan đạo và tôn giáo có lẽ giải thích cách nhân vật xưng "tôi" nói về em gái của Mangan.

Hồi ký của Vidocq được Francois-Jules Vidocq viết và xuất bản năm 1829. Cuốn tiểu thuyết nổi tiếng thế kỷ XIX này kể về những chiến công của một cảnh sát trưởng Paris, người sử dụng địa vị của mình để che đậy tội ác mà mình gây ra. Joyce đưa cuốn sách vào đây để trình bày và hỗ trợ chủ đề lừa dối trong câu chuyện. Như đã thấy trong truyện ngắn *Một cuộc gặp gỡ*, sự lừa dối và cách thế các nhân vật trong *Dubliners* lừa dối người khác và chính họ, xuất hiện trong suốt tác phẩm.

[3] Quyết định của Joyce chỉ đơn giản gọi cô gái là "chị của Mangan" có thể là nhằm mục đích khiến độc giả nghĩ đến nhà thơ người Ireland James Clarence Mangan (1803-1849), với những bài thơ xung quanh chủ đề tình yêu bi thảm và sự tuyệt vọng. Bằng cách đặt tên này cho cô gái mà nhân vật xưng "tôi" trong truyện yêu say đắm, Joyce xây dựng chủ đề của mình về những quan niệm hỗn hợp tình yêu và chủ nghĩa lãng mạn.

[4] Joyce sử dụng từ "*litany*" ở đây, vốn có nghĩa là lời kinh cầu nguyện dùng trong Thánh lễ Công giáo. Tôi không rõ lắm mục đích của Joyce là gì, và trong ngữ cảnh của truyện, tôi dịch là "rao hàng." Giữa "lời kinh cầu" và "tiếng rao hàng" có sự tương tự là câu nói được lặp đi lặp lại.

[5] *come-all-you*: Những bài hát theo phong cách này thường là những bản *ballad* nổi tiếng sử dụng cụm từ đặc biệt

"*Hãy đến đây, tất cả những người trai Ireland hào h*ùng và lắng nghe bài hát của tôi" để thu hút sự chú ý của mọi người.

[6] Jeremiah O'Donovan Rossa (1831-1915) là một nhà cách mạng Ireland.

[7] Một trong những nỗ lực cách mạng ở Ireland vào cuối thế kỷ XIX đầu thế kỷ XX được quần chúng ủng hộ là dựa vào những bản *ballad* để nói lên cảnh khổ của đất nước và các chiến công oai hùng của những người yêu nước.

[8] Trong truyền thống Công giáo La Mã, Chén Thánh là chiếc cốc được sử dụng trong Bí tích Thánh Thể tượng trưng cho Chén Thánh mà Chúa Jesus dùng trong bữa tiệc chia biệt với các tông đồ. Việc cậu trai tưởng tượng ra hành động này gợi nhớ đến những cuộc tìm kiếm thiêng liêng, chẳng hạn như câu chuyện lãng mạn về cuộc tìm kiếm Chén Thánh của Vua Arthur.

[9] *Harp*: Ta thường dịch là thụ cầm, nhưng tôi không thích từ này lắm nên giữ nguyên bản tiếng Anh. Đôi khi, ở những nơi khác, tôi dịch là "hạp cầm," một từ tôi tự chế tác ra.

[10] "*Araby*" ám chỉ khu vực Trung Đông, tuy nhiên, trong ngữ cảnh của truyện, có nghĩa là một vùng đất xa xôi mà không thể tiếp cận được. Ở đây, ta nên hiểu là Joyce muốn ám chỉ một lý tưởng không thể vươn tới hoặc thậm chí không thể nhìn thấy. Bởi thế, khi dịch, tôi để nguyên nhan đề.

[11] Hội Tam Điểm (Freemason): Tổ chức này có ảnh hưởng rất lớn đến đời sống nghề nghiệp và kinh tế của Dublin. Những người Công giáo La Mã nghi ngờ họ vô thần, chống Công giáo và là những kẻ theo đạo Protestant cuồng tín nói chung. Điều này giải thích mối quan tâm của người thím.

[12] *The Arab's Farewell to his Steed* là nhan đề một bài thơ do Caroline Norton (1808-1877) sáng tác. Bài thơ này rất

phổ biến vào thời điểm đó, và được dạy như một bài đọc trong trường học.

Phân tích truyện:

Chủ đề chính trong truyện ngắn *Araby* của James Joyce là sự vỡ mộng. Joyce mô tả tuổi thơ tràn ngập sự phấn khích, vui vẻ và trí tưởng tượng. Nhân vật xưng "tôi", một cậu trai đang tuổi lớn còn cắp sách đến trường, tin rằng những cảm xúc này sẽ theo cậu đến tuổi trưởng thành, nhưng thay vào đó, cậu lại vỡ mộng.

Mục đích của Joyce trong truyện hình như để chỉ ra rằng cuộc sống thật tầm thường và đáng thất vọng. Nhân vật xưng "tôi" nuôi nấng nhiều ảo vọng về một tình yêu lãng mạn, tuy nhiên, cậu chỉ thấy thất vọng trước sự tầm thường của thế giới người lớn và xấu hổ vì sự phù phiếm ngu ngốc của chính mình.

Araby, biểu tượng cho sự kỳ diệu của tình yêu, sau cùng biến thành một thực tại đen tối và xấu xí, mặt trái của sự phù hoa. Và ở những dòng chữ cuối, khi bóng tối trong khu chợ *Araby* phủ chụp xuống, với nhân vật xưng "tôi" đứng trơ trọi giữa lòng chợ hoang lạnh, nó biểu trưng cho bản chất buồn tẻ của cuộc sống không lối thoát này. –

TRỊNH Y THƯ

Danh ngôn

Đúng vậy, yêu là yêu, thương hại là thương hại, thương hại không bao giờ có thể trở thành tình yêu được. Đối với tôi, để ai đó phải thương hại mình, đúng là một cực hình. *Không phải tôi tự kiêu mà tôi ghét sự thương hại của họ, chỉ là, lòng tự trọng trong tôi quá lớn, đến nỗi, tôi không cho phép bất cứ ai thương hại đến tôi, đến bên tôi chỉ vì nghĩ tôi cần được thương hại, hoàn toàn không cho phép…*

Suzu Fukazime

ĐỨC PHỔ
THỦY CHUNG

Không một tiếng động
trong đêm khẽ khàng
ong mật
rót nhau tình tự
lời say đắm.
Sôi bung
bầu ngực hoang đường.

Chỉ còn nụ cười
khô
khốc đá.
Mắt sáng pha lê
nhìn như thể chưa một lần
nhân diện.
Tình yêu ơi
dậy thì.

Sự im lặng không miêu tả
chấp nhận
khước từ.
Con rối đời người
lăn quay
trượt dốc
nằm yên
ngỡ ngàng bờ bến.
Bên em
dậy thơ trăm nhánh thiên thần.

Bên em
ngày không hiện hữu

dẫu ánh hồng rực rỡ
hào quang
từ trái tim người.

Hâm nhau chút nguội
lạnh, từ tiền kiếp
ngược xuôi.

Bên em
và, xa nhau
giữa lưng chừng
cách trở
muối mặn gừng cay
xác quyết lòng sâu, cạn.

Chỉ còn nụ cười
vỡ đêm tỉnh vật
cơn say chập chờn, men
nồng hương
giật lùi ký ức
về buổi thiếu thời.
Câu lục bát
hổ ngươi tiếng trống tan trường.

Đời nuôi ta nuôi em
lớn khôn
theo từng hạt giống
cánh đồng em bao lần
đổi chủ
con đò em bao lần
sang sông
ta, gốc đa xưa mọc tình cổ thụ.
Tình yêu ơi!

ĐỨC PHỔ

ĐỨC PHỔ

NGUYỆT MÚC HỒN

Rằm ơi
Nguyệt múc hồn đầy
chén quỳnh
Trăng
rót. giọt ngây
                giọt mềm.
Nghe từ
hương thổ êm. Êm
lời thương thảm trải
                        chin thềm rộ hoa.
Nét hồng
thơ gởi quần thoa
chút tình mộ ái
                yên hà tịnh không(!)
Mai lên tăm xứ vân mồng
ở
hay đi
chỉ cậy trông
hạnh đào…

ĐỨC PHỔ

HUỲNH LIỄU NGẠN
XIN CÙNG NGƯỜI

Ta ở miền tây về miền đông
tuyết rơi có kín được nỗi lòng
đường xa mang chút sầu lêu lổng
hắt hiu rồi mái lá rêu rong

đâu đó chút tình riêng đã khuất
quê người sớm tối quá long đong
mình ta tàn phai từ nỗi nhớ
dẫu có nghìn trùng với hư không

ta ở miền tây về miền đông
tháng năm sương khói mộng vô cùng
đành để hồn tan từ vạn nẻo
nên suốt đời vẫn mối tình không

mười hướng bụi mù lên tâm tư
ta qua ngành ngọn chốn hư phù
lỡ mùa trăng cũ mù khơi lắm
xin cùng người lỗi hẹn thiên thu.

HUỲNH LIỄU NGẠN

PHẠM QUỐC BẢO
Hai mặt của một đồng tiền

Như vậy nên quan ngài mới làm việc cho chính quyền người Pháp. - Có phải ý cụ Tiên chỉ muốn phát biểu là tôi đã làm tôi tớ cho bọn giặc Pháp? - Thì đại loại như vậy. - Xin phép, tôi có thể diễn dịch cái nhìn của cụ về tôi: Một tên đã cam tâm phục vụ cho bọn ngoại quốc đã cướp nước ta? - Quan ngài nói huỵch toẹt ra như thế, có quá lời lắm không. - Thưa cụ Tiên chỉ, ngày hôm nay được gặp tận mặt ngài và chính tai được nghe lời ngài, tôi mới dám chắc là mình đã đoán đúng rằng tại sao mấy chục năm nay khi dự những tiệc lễ ở đình làng thì tôi luôn luôn bị xếp ngồi riêng một mâm, dưới bất cứ vị chức sắc nào của làng, chỉ trên...

Ảnh Bố Mẹ năm 1932:
Bà Bùi Thị Nhung (1915-1955) & Ông Phạm Hữu Định (1911-1974).
Bức ảnh này chụp vào ngày họ làm đám cưới năm 1932 tại Nam Định (Bắc Phần). Vì loạn lạc tấm ảnh này đã thất lạc. Đến năm 1954, gia đình di cư từ Hànội vào sinh sống tại Sàigòn, may mắn sao người bạn cũ của ông Định còn lưu niệm được bức ảnh này mới cho mượn để làm bản sao lại.

... có mâm anh Mõ mà thôi!... Tôi muốn nhân dịp này để bạch hóa thái độ, cũng như sự chọn lựa tư cách phục vụ của mình. Cụ cho phép? - Xin cung kính lắng nghe. - Tôi tự xác nhận là đã và sẵn lòng cộng tác với chính quyền cai trị của Pháp thuộc địa. Tuy nhiên, mặt khác, phương cách phục vụ của tôi suốt đời không chỉ dành riêng cho giới người Pháp ở nước ta mà còn mong muốn và cũng đã phục vụ được bất cứ ai. Thưa cụ. - Nghĩa là... - Tôi hành nghề chuyên môn của mình mà chưa hề phân biệt đối xử với bất cứ dân cư nào đang sinh sống trong xã hội này. Người ta, tôi vốn đã trân trọng đối xử, là rõ lẽ rồi. Nhưng hơn nữa, đến như các gia súc - mọi loài vật, tôi cũng luôn luôn phục vụ tận tình. - Tôi hoàn toàn đồng ý với quan ngài. Tuy nhiên, mặt khác, tôi muốn được nghe ý kiến của ngài về sự kiện ông Nguyễn Thái Học và 12 đồng chí của ông ấy họ mới đây bị Pháp thuộc địa xử chém tại Yên Bái[6]. Quan ngài thấy sao? - Họ là những anh hùng - liệt sĩ đền nợ nước. - Có thực tâm quan ngài nghĩ vậy không? - Theo tôi, là người Việt thì ai cũng nghĩ vậy cả. Những ai dám hy sinh vì dân tộc đều đáng được kính trọng cả, thưa cụ. Nhưng đồng thời tôi lại không hề đồng ý chủ trương bạo động như

[6] Xin xem thêm chi tiết ở https://vietbao.com/a282350/le-tuong-niem-anh-hungnguyen-thai-hoc-va-12-liet-si-yen-bai-chu-nhat-ngay-17-6-2018-tai-tacona & https://vi.wikipedia.org/wiki/Nguy%E1%BB%85n_Th%C3%A1i_H%E1%BB%8Dc

việc làm của anh hùng Nguyễn Thái Học. - Thế quan ngài cam chịu khuất phục dưới ách cai trị của Pháp ngoại bang? - Có ai là con dân Việt mà chỉ muốn sống chui rúc dưới ách thống trị của ngoại bang không? - Thế quan ngài dạy bảo ra làm sao? - Lịch sử cận đại đã chứng minh là dân tộc ta trên nửa thế kỷ nay luôn tìm cách áp dụng vào thực tế xã hội cái tinh thần quật cường - bất khuất của truyền thống ông cha ta đã từng thực thi trong cả trên ngàn năm trước đây rồi. - Nghĩa là? - Ôm sẵn trong ta cái ý chí quật cường - bất khuất, nhưng trước khi quyết định hành động thì phải luôn bao giờ cũng tỉnh táo để có nhận định thực tế khách quan về lịch sử mới được: Xã hội Việt Nam ta hiện đang trong giai đoạn tiếp thu và thực thi chưa đủ chín mùi những nội dung dân sinh - dân chủ - dân quyền7 từ luồng gió mới do cuộc xâm lược của Pháp du nhập sang nước ta. Theo dự đoán của cá nhân tôi, khi xã hội ta chan hòa sinh hoạt đầy đủ mấy nội dung này mà thăng hoa thì sớm muộn gì bắt buộc ách thống

[7] **Phong trào duy tân, *"tự lực khai hóa"*,** Khai dân trí, chấn dân khí, hậu dân sinh. Chủ trương bất bạo động, phổ biến các giá trị của nền văn minh phương Tây như ***pháp quyền - dân quyền - nhân quyền - dân chủ - tự do - bình đẳng - bác ái***, cải cách trên mọi lãnh vực xã hội. Nhân vật đại biểu cho chủ trương này là Phan Chu Trinh (hay Phan Châu Trinh) sinh 9 tháng 9, 1872 - mất: 24 tháng 3, 1926. [có thể đọc thêm ở https://vi.wikipedia.org/wiki/Phan_Ch%C3%A2u_Trinh]

trị của Pháp cũng phải cởi mở nếu không muốn bị tự triệt tiêu. – Viễn kiến ấy của quan ngài như vậy có ảo tưởng lắm chăng?

- Xin phép cụ Tiên chỉ, cho tôi được duyệt sơ lại mấy hiện

tượng tiêu biểu xuất hiện ở xã hội ta trong vòng trên nửa thế kỷ nay:

Đầu tiên là chính quyền nhà Nguyễn bắt buộc liên tiếp lùi bước trước áp chế của bọn Pháp thuộc địa. Nhưng song song đấy, các phong trào Cần Vương - Văn Thân vẫn nỗ lực hoạt động, hết đợt này đến đợt khác, rồi khi hấp thụ thêm những điều kiện mới ngoại nhập để thành những cuộc khởi nghĩa chống Pháp, như Phan Đình Phùng - Hoàng Hoa Thám... và gần nhất là Việt Nam Quốc Dân đảng đã dựa vào khuôn mẫu Trung Hoa Quốc Dân đảng, với lãnh tụ đại diện là Nguyễn Thái Học. Mặc dù những phong trào khởi nghĩa này không thành công, có thể vì chuẩn bị chưa đủ, có thể vì vội vàng vay mượn khuôn mẫu mà chưa chín muồi nhiều mặt để tạo đà thúc đẩy kế hoạch đưa đến thành tựu; nhưng mặt khác rõ rệt là những giao động ấy hết sức cần thiết để nuôi dưỡng ý chí bất khuất - quật cường.

Trong khi đấy, giới trí thức Việt thiên về chủ trương tân thời, từ Nam chí Bắc, liên tục tạo nên những nỗ lục hoạt động sáng tạo đổi mới mọi mặt dần dần hiển hiện ra ở sinh hoạt xã hội ta, từ tiếng Việt hình thành và phổ cập qua truyền thông - báo chí và các văn thi đoàn, từ phong trào giao thoa tư tưởng học thuật mới (với những Gia Định Báo - Đông Dương Tạp Chí - Nam Phong Tạp Chí - Lục Tỉnh Tân Văn...). Những hoạt động tiêu biểu như kể trên mặc dù vẫn còn quá mới mẻ nên thường bị hiểu lầm và chụp mũ là gián tiếp hoặc trực tiếp tay làm tay sai cho Pháp thuộc địa; nhưng mặt khác phải nhìn nhận khách quan rằng tất cả những nỗ lực này đã và đang dần dần thay đổi bộ mặt xã hội ta, đồng thời cũng đang trên đà biến đổi mà thấm sâu đến tận nền móng cuộc sống của dân tộc ta... –

Quan ngài liệt kê những sự kiện đại khái như trên, thực ý ngài muốn đề cập đến điều gì? –

Tôi muốn trình bày cái sự thực diễn ra trong biến chuyển lịch sử của trên nửa thế kỷ qua tại đất nước ta. Những biến chuyển ấy bao giờ cũng cho thấy được cả hai mặt hậu quả(tiêu cực)và kết quả (tích cực) liên hợp với nhau, không chuyển biến nào hoàn toàn vô ích cả, cũng chẳng chuyển biến nào mà không lưu lại dấu ấn hết. Nói chung, mọi nỗ lực hoạt động đều cần thiết như nhau.

PHẠM QUỐC BẢO *(trích hồi ký Cuốn Lên Bức Mành)*

QUYÊN DI
NGƯỜI ĐÀN ÔNG ĐẸP NHẤT TRONG CUỘC ĐỜI MẸ

Con ạ,

Đôi khi con thầm trách là ba con khó hiểu và tình cảm khô khan. Là người ở bên cạnh ba con suốt gần ba mươi năm, chia sẻ với ba con mọi chuyện lớn nhỏ trong cuộc sống, mẹ có đủ tư cách để nói với con rằng: nếu nói rằng ba con khó hiểu thì điều ấy đúng, nhưng nếu nói rằng ba con là người tình cảm khô khan thì điều đó hoàn toàn sai. Ba con không khô khan về tình cảm đâu, ba con chỉ không biểu lộ tình cảm ấy ra bên ngoài như một số người khác thôi. Cũng chính vì thế mà ba con trở nên khó hiểu.

Nhưng mẹ hiểu được ba con. Đôi khi con hỏi mẹ, vừa có ý thương yêu vừa có ý trách móc, là tại sao mẹ lại có thể ở được với ba con suốt gần ba mươi năm như thế này. Con ạ, mẹ làm được điều ấy, hạnh phúc mà làm điều ấy, vì mẹ hiểu ba con. Mà khi đã hiểu rồi, thì mẹ thấy ba con là một người đàn ông rất đáng yêu.

Có một điều mẹ không nói ra thì con cũng biết, là suốt ngần ấy năm dài chung sống, chưa bao giờ ba con mời mẹ đi dùng cơm tối ngoài tiệm, một bữa ăn sang trọng, thơ mộng và lãng mạn, có ánh nến lung linh trên bàn và có nhạc dìu dặt. Cũng không bao giờ ba con đưa mẹ đi chơi du thuyền trong mùa nghỉ hè, để hai người đứng trên boong tàu dựa vai nhau, ngắm nhìn cảnh hoàng hôn trên biển cả. Khi hai người đi đâu chung với nhau, ba con không có những cử chỉ lịch lãm, như mở cửa xe cho mẹ bước xuống, mở cửa phòng cho mẹ đi vào, kéo ghế cho mẹ ngồi một cách điệu nghệ. Con ạ, tính mẹ mơ mộng, thích những hình ảnh ấy lắm. Thế nhưng dù không được như vậy, mẹ vẫn biết và vẫn cảm thấy là ba con yêu mẹ lắm.

Bởi vì ba chứng tỏ tình yêu của ba không bằng lời nói, không bằng vài dịp đặc biệt trong năm, nhưng bằng sự chăm sóc mẹ thường xuyên trong cuộc sống hằng ngày.

Có thể con không biết nhưng mẹ biết rõ, là không bao giờ mẹ lâm vào tình trạng xe mẹ bị nằm đường, vì cứ mỗi cuối tuần là ba con chăm sóc chiếc xe của mẹ. Ba đổ thêm nước, thay nhớt nếu cần, kiểm soát thắng xe, bơm bánh xe, xem lại bình điện, thử các bóng đèn. Khi biết chắc tất cả đều hoàn hảo, ba con mới yên tâm làm việc khác. Con ạ, những lúc ấy nhìn ba con lem luốc, tay chân quần áo dính đầy dầu mỡ, mẹ thấy ba con đẹp và đáng yêu hơn hình ảnh người đàn ông chải chuốt, ăn mặc đỏm dáng, dẫn vợ hay người tình đi ăn tối ở một nhà hàng sang trọng.

Có thể con không biết nhưng mẹ nói với con một điều mẹ không hề biết, mà mẹ không xấu hổ, đó là mẹ không biết đổ xăng xe. Vì việc ấy ba con đã lo cho mẹ rồi. Bình xăng của xe mẹ luôn luôn đầy. Mẹ lên xe là cứ việc bật cho máy nổ và chạy một cách yên tâm. Con ạ, nghĩ đến điều ấy thì mẹ thấy ba con đẹp và đáng yêu hơn người đàn ông nào đó dựa vai người tình trên boong tàu, ngắm nhìn cảnh hoàng hôn trên biển.

Có thể con không biết nhưng mẹ biết rõ, là tất cả những bức tranh và ảnh chụp trên tường nhà mình đều do tay ba con treo lên cả. Mẹ thích tranh ảnh, mỗi khi mẹ có một bức mới thì chính ba con loay hoay bắc ghế, đóng đinh lên tường vào những chỗ thích hợp và treo những bức tranh ấy lên. Có một lần ba con nện búa vào tay thay vì vào đinh, thế mà ba con không hề nhăn nhó cũng không hề nổi nóng. Con ạ, nhớ đến cảnh ba con loay hoay leo lên ghế đóng đinh treo tranh cho mẹ thì mẹ thấy ba con đẹp và đáng yêu hơn người đàn ông thanh lịch nào đó mở cửa xe, mở cửa phòng và kéo ghế cho vợ hay cho người tình nhiều lắm.

Con ạ, cũng với một thứ tình cảm thể hiện bằng hành động trong cả đời sống chứ không bằng lời nói hay cử chỉ bên ngoài, ba con cũng đã săn sóc con thật chu đáo.

Có thể con không nhớ nhưng mẹ nhớ rất rõ, lúc con lên năm tuổi và bị một cơn bệnh nặng. Khi ấy không đêm nào là ba con không thức trắng ở bên cạnh con, chăm chú theo dõi từng hơi thở của con, lo lắng và vui mừng theo nhiệt độ lên xuống của con. Mỗi khi con mở mắt nhìn thì ba con mỉm cười thật hiền với con. Sáng ra, khi con thực sự thức giấc thì không thấy ba con đâu mà chỉ có mẹ. Ba đã đi làm từ sáng tinh mơ sau cả một đêm không ngủ.

Có thể con không nhớ nhưng mẹ nhớ rất rõ, lúc con bước vào tuổi vị thành niên. Con vui chơi bạn bè, con bước vào nhà như một người xa lạ, nhiều lúc con nhìn ba mẹ với một ánh mắt oán ghét và thù hận. Ba con lặng thinh không nói một lời. Con thấy ba không nói thì tưởng ba lạnh nhạt với con. Nhưng có những tối con đi chơi về muộn mà không báo trước, ba lái xe đi tìm, xông vào bất cứ nhà quen nhà lạ nào mà ba nghĩ con ở trong đó. Bị người ta lớn tiếng hay xua đuổi, ba vẫn lặng thinh. Khi ra xe, mẹ thấy khoé mắt ba có giọt lệ. Mẹ biết ba khóc không phải vì tủi thân mà vì lo cho con.

Có thể con không nhớ, nhưng mẹ nhớ rất rõ, ngày con ra trường trung học. Những nét rạng rỡ hiếm có xuất hiện trên khuôn mặt ba con. Ba con nhìn con hãnh diện và âu yếm. Và buổi chiều trong lễ ra trường của con, khi con bước lên bục nhận văn bằng, thì ở hàng ghế thân nhân, ba con đã ghé tai mẹ mà nói: "Con nó đã nên người."

Và cứ thế, con ạ, ba con đã ở bên mẹ và bên con, sẵn sàng đưa vai ra gánh lấy những gánh nặng nề cho mẹ con mình được an hưởng; đưa lưng ra đón lấy những khó khăn để mẹ con mình được nhẹ nhàng; chịu đựng những đắng cay chua xót của cuộc sống để mẹ con mình được ngọt bùi; rơi những giọt nước mắt âm thầm trong đêm để mẹ con mình được tươi cười vui thoả. Và bởi vì ba con vẫn không nói, không biểu lộ, nên con vẫn không biết là ba con yêu thương con đến thế nào.

Con ạ, người ta thường nói hình ảnh đẹp nhất trong đời là hình ảnh bà mẹ ôm con. Nhưng với riêng mẹ, hình ảnh đẹp nhất của cuộc đời lại là hình ảnh người bố to lớn dềnh dàng ôm đứa con nhỏ bé với đôi tay vụng về, nhưng cặp mắt ánh lên tia sáng ấm nồng yêu thương và tràn đầy hy vọng.

Bởi thế, con ạ, vì tất cả những điều mẹ vừa kể ra với con và tất cả những điều mẹ không kể ra hết được, con hãy hiểu rằng ba con yêu thương mẹ con mình lắm. Để rồi buổi tối hôm nay, con đừng ngần ngại cầm lấy bàn tay chai sạn của ba con, hay ôm lấy đôi vai cứng rắn của ba con mà nói rằng: "Ba ơi, con biết ba rất yêu con, và con cũng yêu ba lắm."

Mẹ yêu dấu của con

(Trích trong quyển "Ngôn Ngữ và Văn Hoá" - A Course of Advanced Vietnamese của Quyên Di)
Lấy cảm hứng từ bài viết của một tác giả người Mỹ, đăng trên tạp chí Reader's Digest

QUYÊN DI

HÃY YÊU ĐI

Hãy yêu đi những cõi lòng trong trắng
Những cõi lòng son trẻ tuổi đôi mươi
Những cõi lòng chín chắn tuổi vào đời
Những cõi lòng tuổi về chiều tắt nắng.

Hãy yêu đi những cõi lòng tĩnh lặng
Những cõi lòng rực cháy lửa đam mê
Những cõi lòng lãng mạn với câu thề
Những cõi lòng tràn dâng niềm khát vọng.

Hãy yêu đi những cõi lòng rung động
Những cõi lòng trầm mặc lẫn ưu tư
Những cõi lòng vương vấn áng mây mù
Những cõi lòng chứa chan thơ và mộng.

Hãy yêu đi những ai tìm lẽ sống
Những ai đang trôi nổi giữa dòng đời
Những ai mơ về một chốn xa xôi
Những ai sống chỉ một thời hiện tại.

Hãy yêu đi dù điên cuồng mê dại
Dù trái tim thánh hiến bởi Ơn Trời
Dù đắm chìm trong ảo mộng đầy vơi
Đời vô nghĩa nếu không yêu tha thiết.

QUYÊN DI

HÀ VŨ GIANG CHÂU

THỰC HƯ CUỘC ĐỜI

Từ trong vũ trụ sinh ra
Hiện về trái đất ta bà rong chơi
Thực hư hư thực trời đời
Tỉnh mơ mơ tỉnh kiếp người tỉnh mơ

*CẢM ƠN SỐ PHẬN

Phận người như đã tỉnh mơ
Buồn vui phiền muộn có chờ được ai
Hồn ta cửa đóng then cài
Quà ta bí ẩn một vài ánh sao

*VŨ TRỤ PHẲNG NGUYỄN THẠNH

Người cuồng thơ như thánh kinh
Bỏ đi giấc mộng biên đình xa xưa
Không em đời kể dư thừa
Lãng du anh chọn vùng thưa thớt người
Em trong anh rúc rích cười
Anh trong em một lũ đười ươi buổi chiều

HÀ VŨ GIANG CHÂU

TÂM THƯỜNG ĐỊNH
Chánh Niệm, Tỉnh Giác hay Ảo Giác?

Mindfulness – Awareness or Illusion?

Sen Trắng Hoa Kỳ March 14, 2025

Hình minh họa: pixabay

Nhân đọc một bài viết "Tâm linh nhưng không tôn giáo: Tu chánh niệm nhưng không giáo hội" trên Việt Báo phản ánh một xu hướng xã hội hiện đại: nhiều người tìm đến chánh niệm như một phương tiện giảm căng thẳng, nâng cao chất lượng cuộc sống mà không cần liên kết với bất kỳ tổ chức tôn giáo nào. Điều này đặt ra một câu hỏi quan trọng: Liệu chánh niệm, khi bị tách rời khỏi bối cảnh Phật giáo, có còn giữ được giá trị đích thực của nó hay chỉ trở thành một ảo giác mang tính trấn an tạm thời?

Ngày nay, chánh niệm được quảng bá rộng rãi dưới dạng một phương pháp thực hành giúp giảm stress, nâng cao hiệu suất làm việc, tăng cường sự tập trung, và cải thiện sức khỏe tinh thần. Tuy nhiên, chánh niệm trong Phật giáo không đơn thuần là một kỹ thuật điều chỉnh tâm lý, mà là một con đường tu tập để đi đến tỉnh giác và giải thoát. Khi bị cắt rời khỏi bối cảnh đạo đức và trí tuệ, chánh niệm dễ dàng trở thành một ảo giác, khiến người ta tưởng mình tỉnh thức nhưng thực ra vẫn bị dẫn dắt bởi bản ngã và tham ái.

Nhiều công ty lớn ở phương Tây đã đưa chánh niệm vào môi trường làm việc như một chiến lược giúp nhân viên đối phó với căng thẳng. Bề ngoài, điều này có vẻ là một sáng kiến nhân văn, nhưng thực chất, nó chỉ giúp nhân viên chịu đựng áp lực tốt hơn, thay vì giải quyết nguyên nhân gốc rễ của sự căng thẳng là điều kiện làm việc quá tải. Chánh niệm bị sử dụng như một liều thuốc giảm đau thay vì một phương pháp chữa lành thực sự.

Sự bùng nổ của các khóa học, ứng dụng chánh niệm trực tuyến biến thực hành này thành một thị trường khổng lồ. Người ta dễ dàng bỏ ra hàng trăm đô la để mua một khóa học thiền chánh niệm mà không cần bất kỳ sự hướng dẫn nào về đạo đức hay triết lý sâu xa. Chánh niệm trở thành một sản phẩm tiêu dùng, nơi mà "khách hàng" chỉ quan tâm đến hiệu quả nhanh chóng mà không cần hiểu biết về sự chuyển hóa nội tâm thực sự.

Nhiều người thực hành chánh niệm với mong muốn đạt được trạng thái "thư giãn", "bình an", "hài lòng với hiện tại". Nhưng nếu không có trí tuệ, chánh niệm có thể trở thành một công cụ nuôi dưỡng bản ngã thay vì giúp con người thoát khỏi khổ đau. Họ chỉ chọn lọc những gì dễ chịu, nhưng từ chối đối diện với sự thật đau khổ của chính mình. Đây là một ảo giác nguy hiểm, vì nó tạo ra cảm giác giả tạo về giác ngộ, nhưng thực chất chỉ là sự lẩn tránh thực tại.

Không chỉ người lớn, mà ngay cả trong môi trường giáo dục trẻ em, việc hiểu sai về chánh niệm cũng đang diễn ra. Trong các buổi sinh hoạt GĐPT, nhiều huynh trưởng xem việc cho các em thực hành chánh niệm như một biện pháp để "giảm tăng động", giúp các em "ngồi yên một chút" mà không cần quan tâm đến ý nghĩa sâu xa của thực hành này. Nếu chỉ sử dụng chánh niệm như một phương tiện để kiểm soát hành vi trẻ em mà không dạy các em cách hiểu chính mình, cách trau dồi đạo đức và phát triển trí tuệ, thì đó là một cách tiếp cận hời hợt. Chánh niệm không đơn giản là ngồi xuống, nhắm mắt lại và hít thở sâu. Chánh niệm là sự nhận biết rõ ràng về thân tâm, là sự tỉnh giác giúp trẻ hiểu về cảm xúc, suy nghĩ và cách phản ứng với thế giới xung quanh bằng từ bi và trí tuệ. Nếu chánh niệm được thực hành mà thiếu chiều sâu giáo dục, thì nó sẽ trở thành một hình thức "kềm chế tạm thời" chứ không phải là phương pháp giúp trẻ em trưởng thành một cách trọn vẹn.

Trong Phật giáo, chánh niệm vừa là sự tập trung vào hiện tại, vừa là sự nhận thức rõ về bản chất vô thường, khổ và vô ngã của mọi hiện tượng. Chánh niệm phải đi đôi với chánh tư duy, giúp con người thấy rõ bản chất thực sự của chính mình và thế giới. Nếu chỉ dùng chánh niệm như một công cụ trấn an, nó sẽ trở thành một hình thức "nịnh bợ tâm trí", giúp ta cảm thấy dễ chịu nhưng không hề giúp ta thoát khỏi vô minh.

Sự khác biệt giữa chánh niệm đích thực và ảo giác chánh niệm nằm ở mục đích thực hành. Chánh niệm đích thực giúp con người hiểu rõ bản chất khổ đau, thấy được sự vận hành của tâm trí và phát triển trí tuệ để sống đúng đắn, thiện lành. Ngược lại, ảo giác chánh niệm chỉ tập trung vào sự thoải mái nhất thời, khiến con người bị kẹt trong vòng lặp của cảm xúc dễ chịu và sự tự thỏa mãn, thay vì vượt lên trên những ràng buộc của bản ngã.

Để tránh rơi vào cái bẫy của chánh niệm thực dụng, cần có sự hướng dẫn đúng đắn từ những bậc thầy am hiểu Phật pháp và duy trì tinh thần tỉnh giác đúng nghĩa. Không xem chánh niệm như một phương pháp thư giãn đơn thuần, mà là một phần của con đường tỉnh thức. Không thực hành chánh niệm theo cách chọn lọc phiến diện, mà phải kết hợp với trí tuệ và đạo đức. Không chạy theo các chương trình chánh niệm thương mại hóa, mà phải tìm hiểu bản chất sâu xa của thực hành này trong bối cảnh tu tập thực sự.

Chánh niệm không phải là kỹ thuật – mà là sự chuyển hóa. Nếu không có trí tuệ và đạo đức, chánh niệm sẽ trở thành một màn sương che lấp sự thật, thay vì giúp ta thấy rõ bản chất của chính mình.

Xã hội ngày nay đang đưa chánh niệm vào quá nhiều lĩnh vực theo hướng thực dụng hóa, khiến nó dần mất đi giá trị thực sự. Bài báo trên Việt Báo phản ánh một thực tế đáng ngại: nhiều người đang thực hành chánh niệm mà không cần đến giáo hội hay tôn giáo. Nhưng điều đáng lo ngại hơn là nhiều người đang thực hành chánh niệm mà không cần đến trí tuệ.

Chánh niệm không phải là sự an ủi. Chánh niệm là sự thật. Nếu thiếu tỉnh giác, chánh niệm chỉ là một giấc mơ đẹp trong vô minh.

Rốt cuộc lại, thuật ngữ 'Non-religion' không đơn giản là 'phi tôn giáo' hay 'vô thần'. Nó không hẳn biểu thị sự từ chối niềm tin tôn giáo, mà còn bao gồm một phạm trù rộng lớn những cá nhân và nhóm không đồng nhất với bất kỳ truyền thống tôn giáo nào, nhưng vẫn có thể quan tâm đến các giá trị tâm linh, đạo đức và thực hành ý nghĩa. Trong xã hội hiện đại, nhiều người chọn lối sống không liên kết với bất kỳ tôn giáo nào nhưng vẫn tìm kiếm ý nghĩa cuộc sống, giá trị đạo đức và sự an lạc nội tâm. Đây chính là nơi các thực hành 'chánh niệm' (mindfulness) bước vào như một cầu nối giữa truyền thống Phật giáo và những người thuộc nhóm 'Non-religion'.

TÂM THƯỜNG ĐỊNH

Sacramento, ngày 14 tháng 03 năm 2025

Cảm nhận tác phẩm

LƯƠNG THIẾU VĂN
SỐ PHẬN CÁC NHÂN VẬT NỮ TRONG TẬP TRUYỆN NGẮN "ĐẢO" CỦA NGUYỄN NGỌC TƯ

Nhà văn Nguyễn Ngọc Tư Sinh năm 1976 tại xã Tân Duyệt, huyện Đầm Dơi, tỉnh Cà Mau, là một nhà văn, thành viên Hội nhà văn Việt Nam. Năm 2018, cô được trao Giải thưởng Văn học Liberaturpreis 2018 do Litprom (Hiệp hội quảng bá văn học châu Á, châu Phi, Mỹ Latin ở Đức) bình chọn, dựa trên việc xem xét các bản dịch tiếng Đức tác phẩm nổi bật của các tác giả nữ đương đại tiêu biểu trong khu vực. Giải thưởng được trao hàng năm nhằm vinh danh các tác giả nữ đến từ châu Á, Phi, Mỹ Latin, Các tiểu vương quốc Ả Rập thống nhất (UAE) và vùng Caribe

Cô được biết đến với tập truyện mang tên Cánh đồng bất tận. Tập truyện nhận giải thưởng của Hội nhà văn Việt Nam năm 2006 và truyện ngắn cùng tên đã được chuyển thể thành phim điện ảnh năm 2010

Hiện cô vẫn sinh sống và làm việc ở Cà Mau.

Ở Nguyễn Ngọc Tư tôi không giới thiệu nhiều về chị vì cái tên ấy từ lâu đã trở thành thương hiệu cho tác tác phẩm được xuất bản. Cái tên trở thành một hiện tượng văn học Việt Nam hơn hai thập kỷ gần đây nhất không chỉ trong và ngoài nước nhưng hình như chị không hề quan tâm đến điều đó. Viết như một bản năng, viết để ý tưởng được tuôn trào rồi để mặc nó muốn trôi về đâu, tấp vào bến bờ nào cũng được. Trong hành trình văn chương của Nguyễn Ngọc Tư, chị để con chữ nó tự "Trôi". *"Em thả trôi một mình. Nhưng những gì còn sót lại của một cù lao phân rã chẳng là bao. Vài ba mái nhà lấp ló trên mặt nước, một vài cái lu, những rẻo đất đủ rộng cho một người ngồi thì cũng có, lại trôi đờ đẫn đằng xa. Mãi mới có mảnh trất trôi gần, đúng lúc nó rùng mình nứt làm hai... Giờ thì mạnh ai nấy trôi."(Trôi – Nguyễn Ngọc Tư).*

Khi in và phát hành tập truyện ngắn "Đảo" của nhà văn Nguyễn Ngọc Tư, NXB Trẻ có viết lời giới thiệu: *"Những truyện ngắn, không thể ngắn hơn. Có thể nói đó là những bài thơ viết bằng văn xuôi về số phận của những con người luôn đấu tranh trong tuyệt vọng để được nhìn thấy...Những truyện ngắn cho thấy dường như Nguyễn Ngọc Tư đang ra khỏi hiện thực của những cánh đồng để tìm đến vùng hỗn mang tâm trí con người"*. Một nhận xét khác làm người đọc có thể thấy được cách cấu tứ truyện của "Đảo": *"Hơn một nửa Đảo là những truyện ngắn dưới 2000 chữ, nội dung xoay quanh chuyện mất mác, tổn thương và những cuộc kiếm tìm niềm vui đơn giản trong cuộc sống: Yêu thương, thỏa mãn những mong ước và nhu cầu được tỏa sáng...Là tô đậm nỗi cô đơn của con người bằng nhiều vết mực khac nhau. Là tiếng thét câm của những con người không được nhìn thấy nghe thấy..."*.

Cũng như nhiều tập truyện ngắn khác trước đây của Nguyễn Ngọc Tư, phụ nữ luôn là nhân vật trung tâm của chị qua những câu chuyện kể, họ có thể là người con gái lạc lõng xua đuổi, một người vợ chịu đựng những thiệt thòi bất hạnh, nhẫn nhục trước những oan nghiệt của cuộc đời, người mẹ với những vết chai sần khổ nạn, người đàn bà luôn khao khát được yêu thương...nhưng chung quy tất cả đều như tan rã như bọt xà phông, ảo ảnh chìm trôi đưa đẩy số phận họ đến một bến bờ vô định. Người đọc có thể cảm nhận số phận nghiệt ngã của các nhận vật nữ qua từng truyện ngắn của cô nhưng để bước vào thế giới của các nhân vật nữ đó mấy ai có thể tường tận như Nguyễn Ngọc Tư cho được.

Tôi đọc nhiều tác phẩm của các nhà văn viết về người phụ nữ nhưng chưa bao giờ tôi cảm nhận được cái không khí tù túng, quánh đặc đến nghẹt thở trong tâm trạng mình qua ngòi bút miêu tả về họ của Nguyễn Ngọc Tư, ở một góc độ nào đó chị đã giúp ta khám phá, đi sâu vào nội tâm của người phụ nữ qua những lát cắt, những chiều kích rộng hẹp của không gian và thời gian khác nhau.

Tập truyện gồm 17 truyện ngắn với độ dày khoảng 146 trang, có thể nói khá mỏng so với dung lượng mà Nguyễn Ngọc Tư muốn truyền tải qua đó. Mở đầu là "Biến Mất Ở Thư Hiên": một câu chuyện có đôi chút ma mị khó tin nhưng ta chỉ cần chú tâm đến cốt chuyện: Sinh đột nhiên biến mất sau một kệ sách ở một thư viên chỉ sau một một cái nhìn lơ đãng của Hảo về một hướng khác và từ đó không còn xuất hiện và cô mải miết đi tìm. Tìm chỉ để hỏi cho ra lẻ: *"...sao biến mất kỳ vậy, nếu chán nhau thì cứ nói thẳng, từ giả rồi đường ai nấy đi, sao lại phải âm thầm chạy trốn"*, dù bên cạnh Hảo đã có người tình nguyện thay thế chỗ của Sinh để rồi con người ấy lại biến mất kỳ lạ như Sinh *"... vào khe của những cuốn sách, náu trong thứ bóng tối trong veo"*. Tâm trạng Hảo lúc nầy ra sao khó ai đoán được. Đến thư viên để tìm hình bóng của Sinh hay nhân vật"Tôi" nào ai biết được. Ở "Xác Bụi" thể hiện một tâm cảnh khác của người phụ nữ. Dù đã có chồng con nhưng bên tai vẫn luôn văng vẳng nghe lời gọi của người bạn cũ: *"Đừng quên anh, Dịu!"*. Thất thỏm, kiếm tìm, nhờ ông đồng bà cốt vẽ cho con đường đi tìm thân xác ở chốn bụi bờ hoang bãi nào đó để rồi sau giây phút đó chợt bàng hoàng nhận ra và *"tự hỏi mình đã làm chi cuộc đời mình?"*. "Đảo" lại đẩy thân phận người đàn bà trôi dạt ra khơi, người phụ nữ lại trở thành gái bán hoa cho những ai có tiền, lên hòn Trống làm vợ một đêm cho một người đàn ông mù vì được trả tiền để làm thế. Ở nơi nầy cô tên là Đào, ở một nơi khác cô tên là Mỹ Châu đến độ bây giờ cô không còn biết tên mình là gì. Cuộc sống phải chăng chỉ là trò đùa của số mệnh đối với cô?. Người đàn bà tên Lý trong "Sổ Lồng" lại như nửa tỉnh nửa mê đang sống trong một thế giới khác: *"...con Lý hùng hồn cầm cây mác vót vào giữa tim sông, sau khi chém nát mặt nước kiệt ròng, băm vằm dấu cặn bùn chiếc ghe để lại. Chỗ đó cách nhà Lý gần hai mươi cây số. Mặc kệ cây dao lút cán trong bùn, chị nhẹ nhõm thả tàu ngược về. Tĩnh lặng tràn trề, chị trôi ngửa như xác chết, mắt chong rờ rỡ bóng mây. Hơn nửa đời lí nhí cúi mặt, Lý bỗng nhìn thẳng vào trời không run sợ mảy may."*.

"Coi Tay Vào Sáng Mưa" kể về người đàn bà sống nghề bói toán đã để lạc mất con mình trong một ngày ở chợ Sương vì mải mê đi theo đường chỉ tay như mê lộ của khách để rồi những tháng năm dài dằng dặt kiếm tìm cho đến một ngày nọ, người lạ đưa cánh tay bị chặt đứt đến nhờ cô xem bói. Nhìn dấu vết trên cánh tay cô biết là "nó". Người lạ lạnh lùng hỏi: *"Đàn em tôi dặn hỏi kỹ, nó hỏi có phải vào tù nhiều lần không, hay chỉ ở một làn dài cho đến chết? À, nó còn hỏi chẳng may kêu án tử, thì nó bị bắn hay tiêm thuộc độc?"* Trời ơi! Nó trở về trong hoàn cảnh nẩy sao? Sau mỗi câu hỏi người đàn bà có cảm giác như mình vừa bị phạt một nhát vào người, rúm ró, gục ngả. Còn cái truyện ngắn "Tro Tàn Rực Rỡ" kia mới đáng nói nhiều hơn nữa chứ, cốt chuyện được chuyển thể thành kịch bản phim và đạt được giải thưởng Cánh Diều Vàng năm 2023 lại là một câu chuyện không hề có những diễn biến tâm lý đầy kịch tích. Câu chuyện được kể từ người phụ nữ hàng xóm – cũng là bạn của vợ chồng Nhàn, nhân vật chính trong câu chuyện. Người phụ nữ tên Nhàn sống u uất, lặng lẽ trước những con cuồng nộ không đầu không đuôi của anh chồng, mỗi lần phật ý lại lên cơn "đốt nhà". Cái tổ ấm ấy bị đốt cháy không biết bao nhiêu lần, sau mỗi lần đốt căn nhà được cất lại đến nỗi không có nơi ở nào tồi tàn hơn được nữa. Mỗi lần đốt nhà, trong mắt anh chồng chỉ có anh lửa không có Nhàn. Anh ta say mê ánh hào quang rực rỡ của lửa. Lần nẩy cũng thế, nhưng lần nẩy Nhàn không lách mình ra khỏi ngọn lửa, Nhàn chọn ở lại. Có lẽ khi cuộc đời bị bủa vây không lối thoát, với người kia ngọn lửa là ánh hào quang chói lọi nhưng với người khác lại là bóng đêm giá băng vĩnh hằng họ phải tự chọn hủy diệt cuộc đời mình và phải chăng đó cũng là lối thoát duy nhất cho cả hai số phận?

Đánh giá về tập truyện ngắn Đảo, tác giả Nguyễn Hồng Nhung có một nhận xét khá tinh tế và thú vị: *"Đọc Đảo của Nguyễn Ngọc Tư giống như ngồi trên một chiếc ca nô hỏng, lúc lao vút, lúc lại ì ạch men theo những luồng lạch của lòng người để chạm đến sâu thẳm tam hồn... 16 truyện ngắn là thế giới của những nhân vật bị bỏ rơi, mất mát, cay đắng bẽ bàng luôn mưu cầu hạnh phúc đơn sơ, trần tục nhưng không đạt được. Chúng đan cài vào nhau như một mạng nhện rối rắm, những phận người bị mắc kẹt giữa những sợi tơ ảo ảnh không thể vùng thoát ra được.”*

Còn ở Hạ Băng, nhận xét con chữ của Nguyễn Ngọc Tư, ta có thể nghe, ngửi, chạm tay vào được: *“Đến với tập truyện ngắn Đảo của Nguyễn Ngọc Tư, bạn đọc nhận được những cảm xúc chân thật, gần gũi nhất, hò mình vào những câu chuyện của tác giả, với những câu từ không quá hoa mỹ, kết hợp với lối tả thực, nhẹ nhàng đưa người dộn lên con thuyền lênh đênh sóng chữ về miền Tây sông nước, như là đuokc nghe thấy, được ngửi thấy, được chạm tay vào từng chi tiết trong tức phẩm.”*

Với Hoài Nam trong bài viết: *“Nguyễn Ngọc Tư: Tiếng Nói Nữ Quyền”* nhận xét chị ở góc độ đấu tranh cho bình đẳng giới: *“...Và sự bất bình đẳng giới cứ thế tiếp diễn, cho đến lúc Tư nói ra. Tư nói ra, như là nói hộ những người phụ nữ đã chịu sự câm nín truyền đời, những người phụ nữ mang kiếp vong thân bởi nỗi không còn cái bản ngã tự trị. Tư nói ra, và nếu vì thế mà cho rằng Tư là một nhà văn nưz quyền, thì đây là một văn chương nữ quyền rất ít thấy trong văn học Việt Nam hiện đại: nữ quyền mà không cần đến diễn ngôn thể xác, nữ quyền gần như phi tính dục.”*

Vì sao Nguyễn Ngọc Tư lại đặt tên tập truyện ngắn nầy là Đảo? Chúng ta không thể biết nếu tự tác giả không khơi gợi một điều gì đó cụ thể. Ở các truyện ngắn của Nguyễn Ngọc Tư chị thường buông lửng cái kết mặc cho ai hiểu hay suy luận theo chiều hướng nào cũng được. Cô quăng nó ra giữa dòng đời để người đọc đón nhận và muốn trôi đi đâu thì trôi. Những nhân vật cô đề cập đến phần lớn là phụ nữ sống ở những miền quê, những thân phận bọt bèo, xế chiều lẻ bóng, các mẹ các chị... với những thói quen, cách ăn cách ở cách sống thể hiện trong ngôn ngữ bình dị đậm chất Nam Bộ. Thân phận bé nhỏ, sự cơ cực vì thiếu hiểu biết và những khát khao hạnh phúc giản dị luôn cháy bỏng của họ luôn xúc động trong tình yêu thương đồng cảm.

Sài Gòn, bên bờ Kênh Tẻ, tháng 11-2023

LƯƠNG THIẾU VĂN

VIÊN DUNG
KHÔNG DÈ

Hồi hai đứa học chung lớp
chăn bò ruộng gần, chủ nhật
chiều chiều tắm một dòng sông
con gái khôn lanh hơn hiếu động
tuổi hồng em không để cho xí phần
khờ khạo tôi tần ngần mấy trăng

trong lớp, hai đứa ngồi gần
em hấy hước, đừng có hòng thân
mùi con gái thơm riêng, gây hấn
trời biểu nhờ kinh nguyệt nó mần
thơm, em để dành. đừng có lân la
lỡ, tôi cảm thấy, biết sao mà đền !

làm sao biết trước ngày sau
ai, em không nhắm, liếc tôi vào
nhật, nguyệt đôi đường chớ chung phận
rồi một bận, trời, trăng lẫn vào nhau
ra ngày và đêm cùng chăm con trẻ
em làm sao bẻ giấc mơ con khôn lớn

thời hai đứa lạc vào nhau
em quên lời căn dặn lúc mới lớn
khát khao khi tôi làm mới em
để nhục thể phản bội kiêu hãnh
nôn nóng gặp tôi dưới trăng, chờ vắng mẹ
khi tôi tặng em cảm giác không dè

VIÊN DUNG

LÊ HỮU MINH TOÁN
ĐÊM VIỆT NAM

Hãy ngủ thật sớm đêm nay nghe anh
Hãy tắt đèn thật sớm đêm nay nghe chị
Hãy nín đừng khóc nghe em bé lên năm lên mười .
Hãy đốt nén nhang cuối ngày để nguyện cầu trong đêm t ăm tối
Và Mẹ Việt Nam
Mẹ già nua cằn cỗi
Mẹ vàng võ tật nguyền
Mẹ nghĩ gì trong đêm Việt Nam nhìn đạn bom xuyên thủng tim con .

Bao năm rồi hở Mẹ
Con Mẹ vẫn đi , vẫn miệt mài kiếp cày bừa trâu ngựa .
Còn gì nữa đâu
" Tình thương , bác ái , hỹ xã , vị tha "
Ôi! Những ngôn từ phù thủy
Hỡi những kẻ gieo chiến tranh xâm lược
Hãy mở mắt thật lớn
Hãy nhìn những thây người ung thối chồng chất ,
bên bờ mương , trong rừng già hay lắc lư trên cành cây ngọn cỏ
Xác thân nào cũng được hình thành bởi Mẹ Cha dòng giống
Con người nào cũng khát thèm sự sống cho mình .
Nhưng sao lại anh - sao lại em , sao lại con phải làm vật hy sinh cho khát vọng đớn hèn

Mẹ nuôi con lớn khôn để không được nâng niu chiu chuộng
Mẹ chưa trút hết bầu sửa ngọt cho con
Vòng tay này chưa chuyền cho con hơi ấm
Cơm đã phải ra đi

Đêm bắt đầu và hỏa châu đốt cháy Việt Nam
Súng nổ thật giòn và đạn bay thật ngọt .
Ô hay! Sao mắt anh đỏ ngầu chết cứng
Sao chị lại khóc làm nhạt nhòa má đỏ
Sao em bé rú gào kêu la thảm thiết
Sao Mẹ cúi đầu bất động
Đêm còn dài, hy vọng vẫn cầm hơi ….

Hãy ngủ thật sớm đêm nay đi anh
Hãy tắt đèn thật sớm đi chị
Hãy nín đừng khóc nghe em bé lên năm lên mười
Và Mẹ Việt Nam , hãy đốt nén nhang cuối ngày
để nguyện cầu trong đêm tăm tối
Ôi! Đêm Việt Nam hãy bay xa cho mặt trời bừng nở
Cho quê hương Việt Nam thôi không còn lửa đạn ….?

@ LÊ HỮU MINH TOÁN.

- Houston - July. 06, 2025 .
(Sau ngày Lễ Độc Lập trên xứ Cờ Hoa)

HÀ NGUYÊN DU

THƠ, HƯ CẤU VÀ NỖI SỢ PHẢN BỘI

Một phê bình triết mỹ học về "Nói Dối" trong thi ca

Dẫn nhập: Khi ngôn ngữ mất thiêng

Trong một thời đại mà **"ai cũng có thể làm thơ"** và thơ bị **"sản xuất hàng loạt"** ***như một món quà tự tâng bốc, một sự thật đáng sợ đang lặng lẽ trôi đi dưới lớp hào nhoáng ngôn từ:***

Sự hư cấu quá đà đã trở thành dối trá, và dối trá đã trà trộn thành một thứ "*mỹ học giả tạo.*"

Điều ấy không chỉ phá vỡ nền tảng đạo đức của người sáng tác, mà còn đánh tráo niềm tin của người đọc – **những kẻ vốn đến với thơ bằng trái tim thành thật và mong mỏi tìm thấy ánh sáng.**

Thi ca, trong bản thể sâu xa nhất, là hành vi *làm chứng cho sự thật* – một ***"cương ngôn"*** của linh hồn. ***Nhưng khi thơ trở thành trò chơi vần điệu, hay công cụ khoe mẽ bản ngã, hư cấu không còn là phương tiện diễn đạt nội tâm, mà hóa ra một dạng nói dối phi nhân, phản bội lại chính thi ca.***

I. Hư cấu và dối trá – *ranh giới mong manh nhưng tử sinh*

Trong bản chất, mọi sáng tạo văn học đều cần hư cấu. **Không có hư cấu, ta không có tiểu thuyết, không có sử thi, thậm chí không có cả những câu thơ mộng mị.** ***Tuy nhiên, giữa hư cấu nghệ thuật và dối trá mị ngữ, có một ranh giới mong manh nhưng quyết định sinh mệnh đạo đức của thi ca.***

Hư cấu nghệ thuật là tưởng tượng có căn cơ cảm xúc thật, là **"nói một điều không có thật để chỉ một điều rất thật."** Ngược lại, **dối trá trong thơ** là khi tác giả ***tạo dựng cảm xúc giả,*** *vay mượn nỗi đau, tô vẽ những hiện thực không trải qua – để mưu*

cầu sự ngưỡng mộ hoặc cảm thương rẻ tiền.
Khi đó, thi ca mất linh hồn, và người làm thơ đánh mất phẩm giá.

II. Thi sĩ thật – hư cấu thật:
Những chứng minh hùng hồn
1. Hàn Mặc Tử – Hư cấu có đạo đức

Hàn Mặc Tử ***là một trong những ví dụ hiếm hoi của người làm thơ huyễn tưởng mà không bao giờ dối trá.*** Trong những bài thơ **rực lửa ngôn từ** như ***"Đây thôn Vĩ Dạ"***, ***"Đau thương"***, ông xây dựng những hình ảnh **kỳ ảo, huyền hoặc** – ***nhưng đó là giấc mơ được sống, được yêu*** – **chứ không phải trò chơi gợi cảm để tạo xúc động giả.**

2. Trần Dần – Thơ là vết chém thiêng liêng
Câu thơ nổi tiếng "Tôi bước đi – không thấy phố, không thấy nhà / Chỉ thấy mưa sa trên màu cờ đỏ" không miêu tả một hiện thực cụ thể, nhưng lại phản ánh nỗi u uẩn bị đè nén của một trí thức. **Ông không viết để làm thơ, *ông viết để sống sót.***

III. Thi ca thế giới:
Hư cấu để khai mở sự thật

1. Rainer Maria Rilke – ***Thơ là tự đối diện linh hồn***
Rilke khuyên viết về tuổi thơ bạn, giấc mơ bạn, nỗi buồn bạn. Thơ ông, dù tượng trưng, vẫn luôn là sự đối diện với sự thật tận đáy hồn.

2. T. S. Eliot – ***Dẫn dụ ẩn ức lịch sử***
T.S. Eliot dựng nên thế giới phân mảnh, siêu thực, nhưng đó là khủng hoảng tâm linh của thời đại, không phải mị ngôn.

IV. Vấn nạn hiện thời:
Khi người làm thơ không còn xấu hổ khi dối trá
Nhiều tác giả dựng nên tình yêu bi thảm không hề trải qua,

ký ức chiến tranh giả tưởng, mối tình thánh thiện bịa đặt – để gây xúc động rẻ tiền. Đây không còn là chuyện phong cách. Đây là vấn đề đạo đức trong mỹ học.

V. Kết luận:

Thi ca là lời thề – không phải lời mị dân

Ngôn ngữ là thứ thiêng liêng nhất mà con người có được. Và khi nhà thơ đánh mất lòng trung thực trong ngôn ngữ, anh ta không còn là thi sĩ, mà chỉ là diễn viên trên một sân khấu hạ cấp.

Thi ca cần trở về với địa hạt của cảm xúc chân thực, trung tín với nội tâm, và trung hậu với người đọc. Bởi độc giả không cần những lời tán tỉnh ngôn từ. Họ cần một trái tim dám trần trụi, và một tâm hồn có khả năng nhìn thẳng vào bóng tối của chính mình.

HÀ NGUYÊN DU

HÀ NGUYÊN DU

Tiêu Chí Lý Tưởng Nhất của ... Những Dòng Chảy Văn Học Việt Nam: *VỀ SỰ TỒN TẠI, LAN TỎA VÀ HỘI NHẬP* VỚI VĂN HỌC THẾ GIỚI

(Tóm tắt: Bài tiểu luận này bàn về những tiêu chí lý tưởng giúp văn học Việt Nam không chỉ tồn tại như một thực thể sống động trong lòng dân tộc mà còn lan tỏa ảnh hưởng ra ngoài thế giới, qua đó hội nhập với tiến trình văn học toàn cầu. Tác giả đưa ra luận điểm trung tâm rằng: chỉ khi văn học được dẫn dắt bằng tiêu chí thẩm mỹ – nhân bản – và liên văn hóa, thì sự lan tỏa và hội nhập mới diễn ra một cách tự nhiên và bền vững. Bài viết sử dụng các ví dụ tiêu biểu từ văn học Việt Nam trước 1975 và các nhà văn quốc tế để làm sáng tỏ những điểm chính.)

DẪN NHẬP

Văn học, về bản chất, là tiếng nói nội tâm của một nền văn hóa, là sự ghi dấu những chuyển động tinh thần của một dân tộc. Trong bối cảnh toàn cầu hóa ngày nay, khi các dòng chảy tư tưởng, thẩm mỹ và ngôn ngữ nghệ thuật đan xen và tương tác không ngừng, thì câu hỏi lớn đặt ra cho mỗi nền văn học dân tộc là: làm thế nào để không bị hòa tan, mà vẫn hiện diện như một tiếng nói độc lập, có bản sắc và có sức lan tỏa quốc tế?

Với văn học Việt Nam, câu hỏi ấy càng trở nên cấp thiết khi ta nhìn lại chặng đường đầy biến động của lịch sử, chính trị và xã hội. Có lẽ, chưa bao giờ như hôm nay, chúng ta cảm nhận được tính song hành giữa ba yếu tố: *sự tồn tại, sự lan tỏa, và sự hội nhập* – như *những tiêu chí không thể tách rời* để hình thành một hệ sinh thái văn học Việt đích thực trong lòng thế giới.

I. TIÊU CHÍ THỨ NHẤT: "TỒN TẠI" – NHƯ MỘT Ý THỨC VĂN HÓA

"Tồn tại" ở đây không đơn thuần là **hiện diện,** mà là ***sự hiện diện có ý nghĩa***. Một nền văn học tồn tại tức là có nội lực, có khả năng tự duy trì và tự phản tư. Trong bối cảnh Việt Nam, yếu tố này được tôi luyện qua nhiều tầng lớp lịch sử và kháng cự.

Những nhà văn như *Vũ Trọng Phụng, Nhất Linh, Thạch Lam* đã để lại những tác phẩm cho thấy sự tồn tại của văn học không tách rời đời sống xã hội. *Từ Số Đỏ đến Đời Mưa Gió,* từ *Ngày Mới đến Hà Nội ba mươi sáu phố phường*, chúng ta thấy một văn học giàu tính phản tỉnh, không ngại đi vào những ngõ ngách đau đớn và đầy ẩn ức của con người Việt.

Tồn tại, trước hết, là dám nói và dám nghĩ. Không ai khác, nhà văn là người **giữ lửa cho dân tộc mình.**

II. TIÊU CHÍ THỨ HAI: "LAN TỎA" – NHƯ MỘT CƠ CHẾ THẨM MỸ TỰ NHIÊN

Không một nền văn học nào tồn tại mà chỉ quay vào chính mình. *Muốn được lan tỏa, văn học phải đi từ cái riêng để chạm đến cái chung. Lan tỏa không có nghĩa là mất đi bản sắc, mà là làm cho bản sắc ấy trở nên cảm thụ được qua biên giới.*

Thơ *Hàn Mặc Tử chẳng hạn* – với cảm thức siêu hình và cảm xúc thăng hoa – có thể sánh ngang cùng những thi sĩ biểu tượng châu Âu như *Rimbaud hay Hölderlin*. Hay trong *triết thi, những nhà thơ như Bùi Giáng, Quách Thoại* không hề bị "nội địa hóa" mà chính là những nhịp cầu nối giữa văn học Đông – Tây, cổ – kim, siêu thực – hiện sinh.

Sức lan tỏa không đến từ tuyên truyền ***mà từ phẩm chất nghệ thuật*** *– đó là chân lý mà các nhà văn Việt cần khắc cốt ghi tâm.*

III. TIÊU CHÍ THỨ BA: "*HỘI NHẬP*" – NHƯ MỘT TRẠNG THÁI LIÊN VĂN HÓA

Hội nhập, ở tầng cao nhất, là sự đồng hiện trong khác biệt. *Văn học Việt không thể hội nhập bằng cách mô phỏng hoặc vay mượn văn chương phương Tây hay phương Đông hiện đại,* **mà bằng cách định vị chính mình trong dòng chảy chung.**

Hãy nhìn vào những tác phẩm của nhà văn *Phạm Duy Tốn với Sống chết mặc bay, hay Hồ Biểu Chánh với dòng tiểu thuyết nhân đạo và đạo lý dân gian*, để thấy rằng, *ngay từ đầu thế kỷ XX, văn học Việt đã hàm chứa một tâm thế hội nhập.* Điều quan trọng là, *khi dịch ra tiếng Anh, Pháp hay Nhật – những tác phẩm ấy vẫn có khả năng đánh động tâm hồn người đọc quốc tế.*

Về phía quốc tế, những nhà văn như Kazuo Ishiguro, Ngũgĩ wa Thiong'o (một nhà văn người Kenya) hay Orhan Pamuk – là minh chứng cho sự hội nhập mà không đánh mất cội rễ bản địa. Đó là con đường mà văn học Việt có thể học hỏi, không phải để bắt chước mà để tự soi chiếu mình.

KẾT LUẬN:

TIÊU CHÍ LÝ TƯỞNG – LÀ MỘT CUỘC HÀNH TRÌNH **3 BƯỚC**

"**Tồn tại – Lan tỏa – Hội nhập**" không phải là ba giai đoạn tuyến tính, mà là ba trục giao thoa trong tiến trình phát triển của văn học Việt Nam hiện đại. Nếu thiếu một trong ba, nền văn học sẽ mất cân bằng: tồn tại mà không lan tỏa thì tự cô lập; lan tỏa mà không có nội dung bản địa thì dễ bị pha loãng; còn hội nhập mà không có bản sắc thì thành lệ thuộc.

Chúng ta cần một nền văn học vừa can đảm trong phản tỉnh, vừa uyển chuyển trong biểu đạt*, và đủ tinh thần khai phóng để sánh bước cùng các nền văn chương nhân loại.* **Đó chính là lý tưởng lớn,** và cũng là thách thức đẹp nhất mà chúng ta – những người viết, người đọc, và người làm văn hóa – đang cùng nhau hướng đến.

Để cập riêng về tôi là người làm thơ, viết tiểu luận. Là chủ biên Tạp chí Văn Học Mới, sống và sáng tác tại hải ngoại. *Tác phẩm của tôi chú trọng đến sự kết hợp giữa thi ca, mỹ học, và triết học, luôn tìm kiếm sự đối thoại liên văn hóa trong thời đại toàn cầu như hiện nay*

CHÚ THÍCH HỌC THUẬT & TRÍCH DẪN QUỐC TẾ:

Edward Said. Culture and Imperialism. Vintage, 1994.

Ngũgĩ wa Thiong'o. Decolonising the Mind. Heinemann, 1986.

Kazuo Ishiguro. Nobel Lecture, 2017.

https://www.nobelprize.org

Trương Vĩnh Ký. Les Contes Annamites, Paris, 1886.

Nguyễn Hiến Lê. Tìm hiểu Văn học. NXB Văn hóa, 1960.

HÀ NGUYÊN DU

TRĂNG TIỀN PHƯƠNG

TÌNH YÊU VÀ GIÓ CUỐN *(Nhật ký)*

LỜI MỞ ĐẦU

Có những điều không thể nói cùng ai. Có những điều chỉ có thể ghi lại - để hiểu mình hơn, và tha thứ cho mình hơn.

Tôi không viết những dòng này để tìm kiếm sự đồng cảm. Tôi viết, đơn giản vì tôi cần lắng nghe lại chính mình — giữa những hỗn độn của yêu thương và mất mát, giữa những ngày cố gắng mạnh mẽ và những đêm vỡ vụn trong im lặng.

Từng chương trong cuốn nhật ký này là một phần đời tôi - có cả nụ cười, nước mắt, và cả những điều tôi từng giấu rất kỹ. Nếu bạn cũng từng yêu, từng đau, từng không biết mình đang đi về đâu, có thể bạn sẽ tìm thấy một chút mình trong những trang này.

1 – Lần đầu biết yêu

Tôi không nhớ rõ ngày, chỉ nhớ cảm giác.

Cảm giác tim mình chệch một nhịp khi nghe ai đó gọi tên. Cảm giác chờ một tin nhắn đến nửa đêm mà vẫn chưa chịu đi ngủ. Cảm giác thấy cả thế giới nhỏ gọn lại trong một nụ cười của người kia. Lúc đó, tôi không biết đó gọi là yêu. Tình đầu của tôi, có thể không rõ ràng, không bắt đầu bằng một lời tỏ tình. Nhưng nó dạy tôi rằng, trái tim con người ta có thể tự nhiên mà hướng về một người — không cần lý do, không cần kế hoạch.

2 – Mối tình tôi dốc cạn

Mối tình sau đó thì khác. Lần này, tôi yêu có chủ đích. Tôi chọn người đó. Tôi quyết định dấn thân. Tôi trao tim mình mà không giữ lại chút phòng bị nào.

Tôi không tiếc công, không tiếc sức. Tôi thay đổi thói quen, điều chỉnh tính cách, học cách nhường nhịn — chỉ để người đó thoải mái. Chúng tôi từng có những ngày thật đẹp. Nhưng tình yêu không chỉ cần chân thành. Nó còn cần cả sự hiểu nhau. Và đôi khi, dẫu tôi yêu hết mức, người đó vẫn cảm thấy ngột ngạt. Dù tôi cố hết sức, chúng tôi vẫn dần rời xa nhau.

3 – Ngày chia tay

Chúng tôi không chia tay bằng nước mắt. Không ai hét lên, không ai van xin. Chỉ là một hôm nào đó, cả hai nhìn nhau và không còn gì để nói.

Tình yêu không chết trong ồn ào. Nó chết trong lặng thinh. Tôi nhớ lúc người nói: 'Mình nên dừng lại, để cả hai nhẹ đầu hơn.' Tôi cười. Một nụ cười yếu ớt. Tôi gật đầu. Nhưng tim tôi vỡ trong lồng ngực.

Sau đó là một khoảng trống lớn. Không còn tin nhắn chúc ngủ ngon, không còn người để kể chuyện mỗi ngày. Chúng tôi ra đi mà không dặn dò gì nhau. Không ai hứa sẽ ổn. Nhưng tôi biết, từ hôm đó, tôi bắt đầu sống một cuộc sống không còn người bên cạnh nữa.

4 – Những ngày sau đó

Sáng dậy không còn kiểm tra điện thoại đầu tiên. Ăn một mình. Đi làm một mình. Về nhà một mình.

Tôi tưởng mình sẽ quen nhanh, nhưng mỗi ngày không có người giống như một vết cắt nhỏ — không chảy máu, nhưng rát. Những kỷ niệm len lỏi, bất ngờ. Có hôm tôi ngồi khóc mà không biết rõ lý do. Chỉ là thấy mình đang tồn tại một cách quá trống rỗng.

Tôi cố làm việc nhiều hơn, nói chuyện với bạn bè nhiều hơn, nhưng khi đêm xuống, lại chỉ còn mình với mình.

5 – Khi tôi dần bình tĩnh trở lại

Thời gian không chữa lành hoàn toàn, nhưng nó làm tôi quen với cảm giác trống vắng. Tôi bắt đầu ăn lại những món mình thích mà không cần ai ăn cùng. Tôi tự đi dạo một mình, biết tận hưởng sự im lặng.

Có hôm lướt qua hình người cũ trong đám bạn bè chung, tim vẫn hơi thắt lại. Nhưng không còn đau. Tôi học được một điều: tình yêu không phải là tất cả. Nó đẹp, nhưng nếu mất đi, tôi vẫn phải sống tiếp.

Giờ đây tôi không còn mong người quay lại. Tôi chỉ mong

mình sau này, khi yêu lần nữa, sẽ không đánh mất chính mình như đã từng.

6 – Khi gặp một người mới nhưng lòng chưa sẵn sàng

Tôi gặp một người khác. Không quá đặc biệt, nhưng đủ tử tế, đủ kiên nhẫn. Người đó quan tâm nhẹ nhàng, không ồn ào, không thúc ép. Tôi đã thử cười lại, thử nhắn tin lại, thử kể vài mẩu chuyện trong ngày. Nhưng mỗi khi người đó hỏi: "Anh có nhớ ai không?", tôi lại im lặng. Vì câu trả lời vẫn là có.

Tôi không dám hứa gì với ai, vì tôi còn chưa chắc chắn với chính mình. Tôi sợ làm người ta tổn thương, như cách tôi từng bị tổn thương.

Có những vết thương không sâu, nhưng lâu lành. Có những nỗi đau không còn nước mắt, nhưng vẫn còn bóng dáng trong từng quyết định.

7 – Cuộc đối thoại với chính mình: Tôi đã sai chỗ nào?

Có những đêm tôi nằm im, không bật nhạc, không lướt điện thoại — chỉ để nghe tiếng lòng mình. Và tôi tự hỏi: tôi đã sai ở đâu?

Tôi đã yêu sai cách? Hay tôi đã chọn sai người? Hay tôi sai ngay từ lúc đặt người đó lên quá cao, bỏ quên bản thân mình?

Sự thật là chẳng ai hoàn toàn đúng hay sai. Chúng tôi chỉ khác nhau, và không đủ can đảm để gỡ rối.

Tôi đã từng nghĩ: nếu quay lại, tôi sẽ làm mọi thứ khác đi. Nhưng giờ tôi hiểu: đôi khi, phải đi qua đổ vỡ mới biết mình cần yêu sao cho đúng. Không phải yêu để giữ người khác, mà là yêu để không mất chính mình.

8 – Học cách yêu bản thân sau khi tan vỡ

Tôi bắt đầu làm lại từ những việc nhỏ: nấu một bữa ăn ngon cho mình, tắt điện thoại vào cuối tuần, đọc sách không vì ai bảo, đi xa một mình mà không thấy lạc lõng.

Tôi học cách từ chối những cuộc hẹn vô nghĩa, học cách không gượng cười khi mệt, học cách nói "không" mà không thấy tội lỗi.

Tôi nhận ra: không ai có thể lấp đầy khoảng trống trong tôi ngoài chính tôi.

Tôi muốn yêu bản thân mình đủ nhiều để lần sau, nếu lại yêu ai đó, tôi sẽ không đánh đổi sự bình yên của mình nữa.

9 – Tha thứ cho người và cho chính mình

Tha thứ không đến trong một ngày. Nó đến từ từ, qua từng lần nhắc lại chuyện cũ mà không còn cay đắng.

Tôi không quên những gì đã xảy ra. Tôi chỉ không để nó dẫn dắt mình nữa.

Tôi tha thứ cho người — vì người cũng chỉ là một con người đang loay hoay, như tôi.

Và tôi cũng tha thứ cho chính mình — vì tôi đã từng yêu thật lòng, từng cố gắng, từng đau, từng sai.

Tôi không hoàn hảo, nhưng tôi không còn tự trách mình mãi. Tôi học cách chấp nhận: tôi của quá khứ cũng đã làm tốt nhất trong giới hạn mà mình có.

10 – Tôi của hiện tại: Bình yên là gì?

Bây giờ, tôi không còn đặt trái tim vào tay người khác quá dễ dàng. Nhưng tôi cũng không khép cửa. Tôi sống chậm hơn, chọn lọc hơn, và thật hơn.

Bình yên, với tôi giờ đây, là một buổi sáng tỉnh dậy mà không thấy nặng lòng. Là uống ly cà phê mà không mong tin nhắn từ ai. Là nghe một bài hát cũ và mỉm cười, không còn rưng rưng.

Tôi không hứa sẽ không đau thêm lần nữa. Nhưng tôi biết: nếu đau, tôi cũng sẽ vượt qua.

Vì tôi đã từng tưởng mình gục, nhưng vẫn đứng dậy. Và lần này, tôi không cần ai nâng dậy cả — chính tôi sẽ làm điều đó cho mình.

TRĂNG TIỀN PHƯƠNG

Jul 12/25 ngày em ốm nặng

HUỲNH KIM QUANG
Vườn Thơ Vời Vợi Nghĩa Ân Của BẠCH XUÂN PHẺ

***

Cả cuộc đời của chúng ta được nuôi dưỡng bằng vô lượng ân tình. Cha sinh, mẹ đẻ, thầy giáo dạy học, bác nông phu trồng lúa, trâu bò cày ruộng, con chó coi nhà, mặt đất bao dung, không khí hít thở, thương khôn lớn, Chánh pháp an lạc, v.v…,nhiều lắm không thể kể hết ân tình mà một đời chúng ta thọ nhận. Tất cả những ân tình đó, nhà Phật quy tụ lại thành bốn ơn lớn gọi là Tứ Trọng Ân, gồm ơn cha mẹ, ơn quốc gia, ơn chúng sinh, và ơn Tam Bảo.

Nói đến bốn ơn lớn này thì xưa nay đã có nhiều lắm, nào là Kinh Phật, nào là luận và văn sám nguyện của chư Tổ, nào là bài viết của chư tôn đức Tăng, Ni và văn thi hữu Phật tử. Bài nào cũng đầy ắp ân tình thiết tha cảm động. Nhưng, tập hợp tất cả những áng văn thơ trong một tuyển tập dày hơn một trăm trang với hàng chục bài thơ, văn, thư pháp, và tranh vẽ chỉ để tưởng niệm và tri ân bốn ơn lớn này thì không thể không nói đến tập thơ "Tưởng Niệm và Tri Ân" của nhà thơ trẻ Bạch Xuân Phẻ có bút danh rất đạo vị là Tâm Thường Định.

Cách nay mấy năm, lần đầu tiên nghe đến bút danh Tâm Thường Định, người viết có ấn tượng đặc biệt về người bạn trẻ chưa quen biết này. Nghe cái tên Tâm Thường Định đã thấy cả một cõi lòng bình an và lắng dịu. Cho đến khi gặp mặt nhau lần đầu trong Khóa Tu Học Phật Pháp Bắc Mỹ lần thứ 2 vào tháng 8 năm 2012 tại San Jose, người viết lại càng hoan hỷ hơn khi biết rằng đây là một nhà thơ trẻ đầy nhiệt huyết và tâm đạo. Điều làm cho người viết lạc quan nhất chính là nhìn thấy được những tài năng của thế hệ đi sau. Họ là tương lai của dân tộc và đạo pháp. Họ là niềm hy vọng tươi sáng của tiền đồ văn học Phật Giáo Việt Nam. Họ là những hạt ngọc quý của nền văn hóa Việt nơi xứ người.

Nói như thế không có gì quá lời mà chỉ là cảm nhận một hiện tượng đáng mừng. Hiện tượng thế hệ văn nghệ sĩ Phật tử trẻ trưởng thành trong văn hóa Mỹ có thể sáng tác bằng hai thứ tiếng Anh và Việt. Điều này cũng có nghĩa là truyền thống văn hóa Việt Nam vẫn còn được ươm mầm và nở hoa trong lòng văn hóa Tây Phương.

Thật vậy, trong tập thơ "Tưởng Niệm và Tri Ân" của Bạch Xuân Phẻ, người đọc bắt gặp sự kết hợp tuyệt vời của hai nền văn hóa Việt Nam và Tây Phương nở hoa trên những áng văn thơ trong tâm hồn của nhà thơ trẻ gốc Việt. Xin đọc bài thơ Không Đề (Without Title) để thấy điều đó là thật:

"Nắng mai vàng hoe
một áng mây lành
thong dong
Huyền trúc nhẹ lay
in hình mặt đất
vô sanh.

WITHOUT TITLE
A golden sunny ray
a fresh white cloud
freely sauntered
The leaves of bamboo
dancing with the gentle wind
their shadows reflect on the ground
No beginning and no ending."

Mấy câu thơ tiếng Anh trong đoạn thứ 2 mang đầy tượng hình và sinh động:

"The leaves of bamboo
Dancing with the gentle wind"

Những chiếc lá tre nhảy múa theo cơn gió nhẹ. Và hình bóng của chúng lắc lư trên mặt đất, như có như không. Nói có cũng không đúng. Nói không cũng chẳng nhằm. Là vô sinh vậy. Bài thơ, từ chữ nghĩa đến câu cú, đều giản dị, nhưng chuyên chở cả đạo lý thâm diệu của nhà Phật và tâm thái ung dung tự tại của nhà thơ.

Điều đáng nói ở đây là tâm thức tưởng niệm và tri ân của Bạch Xuân Phẻ. Đọc trong "Tưởng Niệm và Tri Ân," người đọc sẽ thấy nhà thơ trẻ của chúng ta lúc nào, ở đâu và đối với bất cứ điều gì cũng nghĩ đến ân đức và tình nghĩa. Từ những vị trưởng lão Hòa Thượng suốt đời hy hiến đời mình cho đạo pháp và dân tộc như cố Hòa Thượng Thích Thiện Minh, cố Hòa Thượng Thích Minh Châu, cố Hòa Thượng Thích Trí Chơn, cố Hòa Thượng Thích Thiện Trì, rồi đến những bậc cao Tăng thạc đức đóng góp xứng đáng công đức đối với nền văn hóa và giáo dục nước nhà như Hòa Thượng Thích Tuệ Sỹ, cho đến đấng sanh thành phụ mẫu, cô dì, chú bác, anh em, bằng hữu, và chiếc lá, cành hoa, v.v… Đối với Bạch Xuân Phẻ, tất cả đều được trân quý, cảm niệm và tri ân.

Xin đọc bài thơ "Vàng Tựa Hướng Dương" mà Bạch Xuân Phẻ làm để niệm ân Hòa Thượng Thích Minh Đạt.

"Vàng thu trời lành lạnh
Lá trên cành vẫn xanh
Thiền môn cõi tinh anh
Thăm Thầy ngày thanh tịnh
Chỉ khi tâm yên tĩnh
Phản chiếu bản chất mình
Nhận thức được tánh linh
Phật vừa cười không tiếng."

Khi tâm yên tĩnh thì Phật hiện. Và đức Phật trên tĩnh tọa trên tòa sen sẽ cười hoan hỷ, khi nhìn thấy tâm thức của một người Phật tử sinh sau Ngài hơn hai mươi lăm thế kỷ giữa thời đại nhiễu nhương mà vẫn còn thuần khiết như thế!

Và đây, xin hãy đọc bài thơ "Loài Bướm Đêm, Con Sò Và Con Người," để nghe Bạch Xuân Phẻ mở cõi lòng ra với cả những loài vật bé nhỏ, mong manh như con thiêu thân với định nghiệp oái ăm và con sò với cuộc sống thầm lặng tận dưới đại dương sâu thẳm.

"Xin làm con thiêu thân
cõi cuốn hút điên cuồng
ai thích lao vào lửa
phút huy hoàng mưa tuông
Sáng chói làm ai mất
định hướng của cuộc đời
loay hoay làm ai chết
trong sinh tử tả tơi.
Có nên như con sò
ở đại dương sâu thẳm
vẫn âm thầm tiến hoá
miệt mài cõi xa xăm
Vỏ sò thác âm thanh
Dịu êm như tiếng sóng
ý thức hiện long lanh
tiếng đại dương vang vọng"

Trong bài thơ "Vẻ Đẹp Màu Áo Trắng Học Trò," viết cho Đinh Nguyên Kha và Nguyễn Phương Uyên, khi hai người học trò này bị đưa ra trước vành móng ngựa trong một phiên tòa tại Việt Nam để bị bản án 16 năm tù chỉ vì dám bày tỏ lòng yêu giang sơn tổ quốc trước nạn xâm lăng của Trung Quốc, Bạch Xuân Phẻ đã bày tỏ niềm cảm thông và quý trọng đối với hai người bạn trẻ nói riêng và tình tự quốc gia dân tộc nói chung, một trong bốn ơn lớn. Xin đọc mấy đoạn của bài thơ.

"Chưa bao giờ tôi thấy
Vẻ đẹp áo học trò
Ngay trong vòng móng ngựa
Bất khuất và thanh tao

Càng nhìn em nghẹn ngào
Cho quê hương dân tộc
Bao con tim đang khóc
Cho lãnh đạo Việt Nam
Những việc các em làm
Tỏ lòng yêu nước Việt
Như các em đã biết
Đâu gì bằng quê hương
.....
Vẻ đẹp áo học trò
Ánh tà dương qua ngõ
Trắng trong ai thấy rỏ
Chân lý trong mắt em."

Quả đúng như vậy, "Chân lý trong mắt em." Bằng con mắt trong sáng của trí tuệ thì mọi hành nghiệp sẽ không bao giờ sai lầm, cho nên, hai em dù mới chỉ là những học sinh vẫn thấy được thật rõ điều mà một công dân phải làm là bảo vệ từng tấc đất của giang sơn mà tổ tiên đã dày công kiến tạo.

Cũng bằng con mắt trí tuệ ấy, người Phật tử Tâm Thường Định có thể nhận thức được bản chất của cuộc đời ngay trong những điều chứng kiến hàng ngày. Xin đọc bài thơ "Kính Tiễn Dượng Phạm Dường," để đồng cảm với Bạch Xuân Phẻ về lẽ vô thường của cuộc sống.

"Người đi như hạt nắng loang
Thiên thu huyễn mộng vỡ toang vô thường
Người đi trăm nhớ ngàn thương
Không gian thanh thoát khói hương vô ngần
Phạm thiên chuông Phật nhẹ ngân
Dường như vô tịch trong ngần thiện tâm
Cuộc đời bao nỗi phong trần
Nay về nhà Phật một lần vãng sanh
Tây phương Tịnh độ sen xanh
Người đi như áng mây lành thong dong."

Có thể ra đi thong dong như áng mây lành bởi vì lúc sống biết áp dụng lời Phật dạy trong tất cả mọi lúc, kể cả khi "Quét Chùa."

"Nhẹ nhàng quét bụi trần gian
Vô minh tràn khắp gian nan cõi đời
Tinh chuyên quét sạch bụi đời
Vườn tâm trong sạch rạng ngời Chân Như."

Với tâm thức "tưởng niệm và tri ân" thuần khiết của Bạch Xuân Phẻ thì vườn tâm không những "trong sạch rạng ngời Chân Như," mà còn nở hoa thơm ngát. Từng bài thơ trong tập "Tưởng Niệm và Tri Ân" là từng nụ hoa mãn khai tinh khiết.

Người viết bài này xin "mượn hoa cúng Phật" với những đóa hoa trong "Tưởng Niệm và Tri Ân" để cảm tạ nhà thơ Bạch Xuân Phẻ đã cho đọc những bài thơ ân nghĩa cao quý giữa đời này.

Và cũng xin hoan hỷ giới thiệu đến quý độc giả thi phẩm "Tưởng Niệm và Tri Ân" của Bạch Xuân Phẻ.

HUỲNH KIM QUANG

Quận Cam, California, những ngày cuối năm Quý Tị.

Nguồn: https://thuvienhoasen.org/a19405/vuon-tho-voi-voi-nghia-an-cua-bach-xuan-phe

NGUYỄN ĐÌNH TỪ LAM
TẤM LÒNG BẠN TÔI, LÊ NGỌC KHANH

Rất bàng hoàng, xúc động khi hay tin bạn tôi LÊ NGỌC KHANH vừa từ giã cõi đời - Ngày 16 thang 10 năm 2023, tại Hoa Ky. Lúc Khanh còn tại thế, bạn và tôi đã có với nhau không ít kỷ niệm. Nay, trước tin đau buồn nầy, tôi xin chép lại một kỷ niệm với Khanh mà tôi ghi lòng mãi đến cuối đời. Và, đây xem như một nén tâm nhang thắp lên, đưa tiễn người bạn ơn nghĩa nhân ái về cỏi Vĩnh Hằng an nghỉ

Thời gian sinh viên sĩ quan (SVSQ) khóa 2 Nguyễn Trãi thụ huấn tại quân trường Đà Lạt, Lê Ngọc Khanh và tôi ở cùng trung đội thuộc đại đội B. Sau khi mãn khóa, Khanh chọn về một đơn vị bộ binh chủ lực, tôi về địa phương quân tiểu khu; chẳng hề gặp nhau. Sau tháng tư năm 1975, hầu hết bạn bè cùng khóa đều phải đi tù cải tạo. Lúc có chương trình tù cải tạo được đi định cư ở Mỹ, Khanh đi HO trước tôi. Năm bảy ngày trước khi đi, Khanh có nhắn tôi ra Đà Nẵng đến nhà gặp Khanh. Tôi đi xe đò trên chín chục cây số, đến nhà Khanh trời đã xế bóng ngả chiều. Hai đứa ngồi nói chuyện một đỗi; thấy bà xã Khanh lo dọn bữa cơm, xong, Khanh nói:

-Mầy lại ngồi ăn cơm với vợ chồng tau một bữa cho vui, trước khi cả nhà tau vào Sài Gòn chuẩn bị đi. Tụi tau đã đăng ký xong chuyến bay.

Bữa ăn có cơm gạo trắng, có canh chua cá đuối nấu với thơm và me, có thịt heo luộc, có rau sống… Trước kia bữa ăn như thế là bình thường, nhưng bấy giờ đối với tôi là rất ngon sang. Thời buổi ấy, ở quê tôi, người dân làm ăn theo công điểm do hợp tác xã nông nghiệp (HTXNN) giao khoán, nên đời sống nghèo khổ túng bấn. Thử nghĩ, tôi đi làm thợ nề cho hợp tác xã, vợ tôi đi dạy trường trung học cơ sở của huyện; gia đình có ba con nhỏ; hạt thóc hạt gạo nuôi đời sống, thế mà cứ thiếu trước hụt sau. Nói ra nghe thật xấu hổ, nhà tôi có thầy có thợ mà tết đến thường hụt lúa sạch gạo. Có năm chiều ba mươi tết, vợ tôi phải chạy đi vay gạo của bà Thượt làm ở kho lương thực huyện, hứa ra giêng, chồng lãnh lúa công điểm, máy gạo đem hoàn lại, bà đồng ý, vợ tôi mừng quá đổi. Tết năm ấy cái bụng của năm bà con nhà tôi được no lưng lửng.

Khi tôi và hai vợ chồng Khanh cơm nước xong xuôi, Khanh nói cho tôi biết tiến trình thực hiện thủ tục việc đi định cư (HO) ở Mỹ, bạn nói rất ngọn ngành chi tiết, từ việc vào phỏng vấn đến khám sức khỏe, chích ngừa và đăng ký chuyến bay. Tôi ngồi lắng nghe và ghi nhớ rõ ràng. Đến khi gần mãn buổi chiều, tôi ngỏ ý ra về, thấy bà xã Khanh đưa cho Khanh một gói nhỏ, Khanh cầm lấy, nói với tôi:

-Tụi tau lo thủ tục để đi, tiền bạc tốn kém cũng bộn. Nay gia đình tau còn ít ngày nữa lên máy bay, tau nhắn mầy ra nhà để trao đổi kinh nghiệm chuyện đi định cư của tụi mình. Tiện đây tụi tau biếu mầy năm phân vàng. Tau biết lúc nầy mầy đang túng bấn, nên cầm lấy về tiêu.

Tôi về đến nhà chừng chín giờ tối. Vừa bước vào cửa, vợ tôi hỏi:

-Sao đi lâu về rứa anh. Ra Đà Nẵng có gặp được anh Khanh, bạn anh không?

Tôi trả lời:

-Có chứ em, anh gặp vợ chồng Khanh, ngồi chuyện trò, ăn bữa cơm với gia đình Khanh. Trước khi anh ra về, hai vợ chồng có cho anh năm phân vàng.

Vợ tôi mở to mắt, vẻ sửng sốt, hỏi:

-Năm phân vàng?!!! Anh có nói đùa không đấy? Thời buổi nầy cứ ngó quanh ra bà con ở quê mình, có ai dám nhường nhau non ký gạo, ít bữa cơm chưa, huống hồ dám cho bạn mình năm phân vàng. Anh nói anh Khanh cho, em chẳng tin.

Tôi liền lần tay vào túi áo, lấy vàng Khanh cho, đưa cho vợ tôi thấy, nàng mới tin. Im lặng một đỗi lâu, vợ tôi đưa mắt nhìn bâng quơ xa vời đâu đâu, rồi nói:

-Thời buổi nầy, ít có người như vợ chồng anh Khanh, bạn anh.

Lúc có giấy gọi gia đình tôi đi phỏng vấn (HO20), tôi phải chạy đôn chạy đáo, mượn được của người thân quen một chỉ vàng, cộng thêm năm phân của vợ chồng Khanh; vợ tôi đem bán tất cả một chỉ rưỡi vàng lấy tiền mặt. Số tiền nầy chi tiêu đắn đo cần kiệm vừa đủ cho đợt đi phỏng vấn của cả gia đình tôi. Nói như thế để biết giá trị năm phân vàng của vợ chồng Khanh cho tôi thời buổi đó không nhỏ; nó lớn kể cả mặt vật chất lẫn tình nghĩa đó các bạn ạ!

Tôi viết những dòng nầy gởi đến vợ chồng Lê Ngọc Khanh, thay cho lời cảm ơn. Một miếng khi đói bằng gói khi no. Khanh ơi! Tấm lòng của hai bạn đối với tôi trong thời buổi khó khăn túng bấn, thật là quí báu và thâm tình biết bao, chẳng khi nào dám quên.

Khanh ơi! Dẫu biết thế gian nầy là cõi tạm, nhưng khi BẠN từ giã chúng tôi ra đi, mấy ai không khỏi đau buồn, luyến thương BẠN. Thôi thì đành, xin cầu chúc giác linh Quảng Phước LÊ NGỌC KHANH sớm vượt thoát dòng sông đời chìm nổi sóng gió, qua đến bến bờ cứu cánh Niết Bàn an lành tịnh độ.

NGUYỄN ĐÌNH TỪ LAM

Danh ngôn

Khi trí tuệ và số phận giao chiến với nhau, nếu trí tuệ có gan dám làm dám chịu thì số phận sẽ không có cơ hội xô ngã nó.

W. Shakespeare

Tính hài hước là ánh mặt trời của tư duy.
Humor is the sunshine of the mind.

Edward Bulwer Lytton

SA CHI LỆ
GIỌT NƯỚC MẮT CÔ ĐỘC

Lạ sao thơ chưa tròn mà ý đã bay xa
Thú sao uống nguyệt lưng lưng nửa bầu thở dốc
Ngất ngưỡng vỗ tay mời gọi tri âm bất đắc
Cố mỉm cười xô lệch bóng cô đơn bạc đầu

Những dòng chữ gợn sóng hương xưa diễm tuyệt
Nhược mộng phù hề rót hết vào xứ Vĩnh phù sa
Nàng bước vào đời ta ôm thiên đường bất trắc
Bởi tình yêu không mặc áo nhân gian

Cả đời ta diễn kịch không một tiếng vỗ tay
Em hiện hữu như mây bềnh bồng nhưng miên viễn
Trời sinh ta đày làm thi sĩ
Còn em suốt đời làm tình nhân
Mỏi gối chùn chân nơi địa ngục
Tình yêu dậy mãi kiếp thi nhân

Em có biết nỗi buồn con thần điểu
Đôi cánh kia chỉ chực vút lên trời
Ta tuốt gươm thề suốt đời thúc ngựa
Dẫu chiến trường bôi xóa tuổi tên ai

Thuở hỗn đọn trĩu hoằng trái đất
Bầu không gian ứ sữa diệu sinh
Nhấp thời gian cuồng say kinh ngạc
Thú dữ con người giống yêu tinh

Đời bỏ ta đi bên bờ nghiệt ngã
Lang thang hoài trên miệng vực hư vô
Ta cố níu bóng mình trong vùng tâm thức
Niệm trầm luân giữa vòng xoáy bơ vơ...

SA CHI LỆ 25-6-2025

SA CHI LỆ
GIỌT MÁU SẮP BUỒN

Nguyệt động hồ mê nồng rơm rạ
Khúc thượng biên vang vọng ảo huyền
Ta cặm cụi hái hoa về xây tổ
Cả giường mây ủ gió uyên nguyên

Em chuốc rượu mường say thái cổ
Lửa hoàng thiên bốc cháy gối chăn
Trời đất chẻ đôi hồn chới với
Bãi điêu tàn trang điểm dung nhan

Năm tháng duỗi chồng cao mệt mỏi
Mùa xuân gánh nỗi nhớ đi qua
Đôi mắt mù u nhìn địa ngục
Một người điên buồn ngủ ngâm nga…

Chiều đổ lá chụm hơ kỷ niệm
Se cuộc tình lệch nhánh bi thương
Mai em xõa tóc xa rừng rú
Khóc cho ta giọt máu sắp buồn

Mặt trời khắc khổ hái tương lai
Vó ngựa cuồng đau tạnh giấc dài
Lắng nghe cay đắng cùng em đó
Ta hôn thầm quanh đóa hồng thai

Tuổi vụt ăn năn quỳ trước Chúa
Xin đóng đinh chuộc tội dại khờ
Chết đi ta thắp đèn thượt dượt
Vẫn chờ con bước xuống bơ vơ…

SA CHI LỆ

NGÃ PHƯƠNG HUYỀN

Sáng tác một bài thơ - Viết một truyện ngắn ...
Những giống nhau và sự khác biệt nào cần phải học hỏi?

(Dù những khác biệt, ai cũng biết. Nhưng để ứng dụng thành công vào việc sáng tạo vhnt hay đạt đến Mỹ học, chứng ta cần quan tâm...)

- Làm thơ và ... viết truyện ngắn, là hai hình thức sáng tác văn học khác nhau về: ***Cấu trúc, mục đích, và cảm xúc*** mà mỗi tác phẩm muốn truyền tải.

- **Dưới** đây **là phân tích về những** điểm **giống nhau*** và **"khác biệt *** ... *giữa chúng, đồng thời chỉ ra những bài học cần học hỏi để có thể:*

- Ứng dụng vào sáng tạo và đạt đến đỉnh cao ... về văn học nghệ thuật* và mỹ học*

1. Giống nhau*

- ***Cảm xúc và tư tưởng:*** Cả thơ và truyện ngắn đều xuất phát từ cảm xúc, suy nghĩ của tác giả về cuộc sống, con người, và xã hội.

- Cả hai hình thức đều thể hiện nội tâm và phản ánh những quan điểm nhân sinh sâu sắc.

- *Tính sáng tạo:*

Để đạt đến đỉnh cao trong văn học nghệ thuật, sáng tác thơ và truyện ngắn đều cần đến sự sáng tạo không ngừng, từ cách xây dựng hình ảnh, biểu tượng đến cách dùng ngôn ngữ.

- *Kết nối với người đọc:

Cả hai thể loại đều phải tạo ra sự kết nối cảm xúc với người đọc, khiến họ đồng cảm, thấu hiểu, hoặc thậm chí thay đổi cách nhìn về một vấn đề nào đó.

2. Khác biệt:

- Cấu trúc và hình thức:

- THƠ:

- Thơ thường có : *"cấu trúc ngắn gọn"*, tập trung vào việc sử dụng ngôn ngữ "tinh tế " và *"hình ảnh tượng trưng"*.

Các tác giả thơ thường dùng từ ngữ cô đọng, giàu hình ảnh và âm điệu để gợi cảm xúc.

- Thơ có thể được tự do sáng tạo về *"vần điệu"*, *"nhịp điệu"* và ***"cách chia khổ"***, từ đó thể hiện rõ phong cách cá nhân.

- ***TRUYỆN NGẮN**:

- Truyện ngắn yêu cầu một : "Cốt truyện rõ ràng", với các yếu tố về: Nhân vật. bối cảnh và xung đột **...**

Truyện ngắn thường phải xây dựng một tình huống đầy kịch tính hoặc bất ngờ trong giới hạn số từ hạn chế. Mặc dù ngôn ngữ có thể giàu hình ảnh, nhưng trọng tâm của truyện ngắn là ***câu chuyện*** và ***diễn biến.***

- **Mục** đích **và chức** năng:

- THƠ:

Mục tiêu của thơ là gợi mở cảm xúc ***và suy ngẫm thông qua ngôn ngữ trừu tượng và*** đôi ***khi mơ hồ***.

*- **Thơ có thể không cần một câu chuyện cụ thể mà tập trung vào việc khai thác*** **"cảm xúc và trạng thái tâm hồn".**

- TRUYỆN NGẮN: ***Truyện ngắn, ngược lại, nhấn mạnh vào việc * "kể chuyện"***, *truyền tải một thông* điệp *hoặc quan* điểm *thông qua các sự kiện và* hành động *của nhân vật.*

Mục đích **của** nó **là giải quyết xung** đột **hoặc** tình **huống trong một không gian hạn chế.**

- Cách sử dụng ngôn ngữ:

- THƠ : Ngôn ngữ trong thơ là ***"ngôn ngữ hàm súc"***, đôi *khi mang tính biểu tượng và* đòi *hỏi người* đọc *phải suy ngẫm để hiểu ý nghĩa tiềm ẩn.*

Mỗi từ ngữ trong thơ thường mang "nhiều tầng nghĩa" và "gợi cảm xúc**" khác nhau.**

- **TRUYỆN NGẮN:** *Ngôn ngữ trong truyện ngắn cần* rõ *ràng hơn để phục vụ việc kể chuyện và xây dựng nhân vật. Dù ngôn ngữ cũng có thể đẹp và giàu hình ảnh, nhưng nó cần giúp câu chuyện phát triển và dễ tiếp cận với độc giả.*

3. Bài học cho sáng tạo văn **học và mỹ học**

a. Đối với thơ:

- Tập trung vào chiều sâu cảm xúc:

- ***Thơ là nơi cảm xúc và tâm hồn của*** tác giả được **thể hiện một cách trực tiếp nhất.**

Tác giả cần rèn luyện để hiểu và "chắt lọc cảm xúc" * *thành từng từ ngữ nhỏ gọn nhưng mạnh mẽ.*

- Khả năng sử dụng **biểu tượng và hình ảnh:**

*Trong thơ, mỗi **hình ảnh, biểu tượng*** đều *mang ý nghĩa riêng và **tác động lớn đến cảm xúc của người đọc.** Học cách **sử dụng biểu tượng giúp bài thơ trở nên sâu sắc hơn.***

***b. Đối với truyện ngắn:**

- Kỹ năng xây dựng cốt truyện ngắn gọn:

Truyện ngắn đòi hỏi khả năng xây dựng cốt truyện và nhân vật trong một phạm vi hạn chế, nhưng vẫn phải có sự phát triển hợp lý và gây bất ngờ cho độc giả.

- Sự tinh tế trong kể chuyện:

Để viết truyện ngắn xuất sắc, tác giả cần biết cách ***"nói ít, hiểu nhiều"***, sử dụng ngôn từ để gợi lên cảm xúc và suy nghĩ, thay vì diễn giải quá chi tiết.

4. **Sự ứng dụng sáng tạo để đạt đỉnh cao về mỹ học**

- Tạo sự cân bằng giữa kỹ thuật và cảm xúc:

Dù là sáng tác thơ hay truyện ngắn, việc ***"kết hợp giữa kỹ thuật"*** (*như cấu trúc, cách dùng ngôn từ*) và *"cảm xúc chân thật" là yếu tố quyết định để tác phẩm có thể chạm đến trái tim của độc giả.*

- **Luyện tập và không ngừng đổi mới :** *Cả hai thể loại đều yêu cầu sự sáng tạo không ngừng.* Tác giả cần ***"liên tục thử nghiệm"*** với các phong cách viết, thể loại và cách tiếp cận khác làm mới ngôn ngữ và cảm xúc trong tác phẩm của mình.- **Chú trọng vào tính thời đại:** *Văn học, dù là thơ hay truyện, cần phản ánh được* "thời đại", mà nó sinh ra. Người sáng tác cần hiểu rõ về bối "*cảnh văn hóa*", chính trị, xã hội để tạo ra tác phẩm phù hợp và có sức ảnh hưởng lâu dài.

- Kết luận:

Viết thơ và truyện ngắn đều có những điểm tương đồng và khác biệt, và cả hai đều đòi hỏi sự tinh tế và sáng tạo để đạt đến đỉnh cao về **văn học nghệ thuật**. Người sáng tác cần rèn luyện kỹ năng **sử dụng ngôn ngữ**, **biểu đạt cảm xúc**, và **tạo dựng câu chuyện** sao cho chặt chẽ và lôi cuốn. Bằng cách hiểu rõ những đặc điểm của từng thể loại, tác giả sẽ có thể ứng dụng một cách khéo léo để tạo ra những tác phẩm mang giá trị nghệ thuật và thẩm mỹ cao.

NGÃ PHƯƠNG HUYỀN

NGÃ PHƯƠNG HUYỀN

Không làm điều tốt là có tội ...

Đạo lý Phật giáo, luân lý phổ quát và những giới hạn của luật đời

(Nhận định, phân tích bài viết của Cư sĩ Nguyễn Minh Tiến)

Lời giới thiệu tác giả Nguyễn Minh Tiến

Cư sĩ Nguyễn Minh Tiến, bút danh **Nguyên Minh** *là một trong những cây bút Phật học nổi bật trong cộng đồng cư sĩ đương đại. Với văn phong dung dị, minh triết và tràn đầy tâm ý lợi tha, ông đã cống hiến nhiều bài viết, biên dịch và chú giải kinh điển Phật giáo, nhất là trong các chuyên đề về đạo lý ứng dụng vào đời sống. Là người sáng lập và duy trì website Rộng mở tâm hồn – nơi phổ biến văn hóa từ bi, trí tuệ, và khai mở con đường tu dưỡng giữa đời thường – ông đã gieo vào lòng người đọc không chỉ những hạt giống thiện lành, mà còn khơi dậy trách nhiệm đạo đức sâu xa từ bên trong mỗi cá nhân.*

DẪN NHẬP

"Không làm điều gì xấu" ***có đủ để trở thành người tốt?*** Câu hỏi ấy tưởng như đơn giản, ***nhưng lại là một cửa ải lớn trong đời sống đạo đức***. Xã hội hiện đại dường như đã quá dễ dãi với sự vô cảm im lặng, miễn là không ai bị tổn hại trực tiếp.

Tuy nhiên, như Phật dạy:

"Không làm các việc ác,
Làm tất cả việc lành,
Giữ tâm ý thanh tịnh –
Chính là lời chư Phật."
(Kinh Đại Bát Niết-bàn, bài kệ cốt tủy)

Trong đó, câu *"làm tất cả việc lành"* ***thường bị bỏ qua.*** Bỏ qua vì không thấy nó là tội lỗi khi không làm. Nhưng chính sự im lặng không hành động thiện trong những khoảnh khắc cần lên tiếng, cần cứu giúp, cần hành động — mới là hình thức sa đọa âm thầm nhất.

I. Đạo lý Phật giáo: *Khi không làm cũng là gieo nghiệp*

Phật giáo không chỉ dạy *tránh ác, mà còn dạy phải làm thiện.* **Thiện không tự đến, *thiện cần hành động*.** *Và bỏ qua hành động thiện chính là gieo một nghiệp chướng tiêu cực: nghiệp vô tâm.*

"Chúng ta có tội vì những điều thiện đã không làm."

(– Voltaire, triết gia Pháp)

Tương tự, Khổng Tử từng nhấn mạnh:

"Thấy điều thiện mà không làm, là thiếu can đảm."

(Luận ngữ – Vi Chính thiên)

Trong Pháp Cú, Đức Phật dạy:

"Dầu làm việc thiện, phải làm cho trọn vẹn,
Hãy làm với cả tâm,
Vì sự bất cẩn trong việc thiện
Đưa đến đau khổ."

(Kinh Pháp Cú, câu 313)

Ở đây, sự *"bất cẩn"* không chỉ là làm thiện không trọn, mà còn là bỏ qua điều thiện khi cơ hội xuất hiện.

II. Luật pháp không kết tội im lặng, *nhưng lương tri thì có*

Câu chuyện ông Thị trưởng Fiorello LaGuardia phạt cả phòng xử án vì *"không làm gì để giúp bà lão nghèo"* **là một minh họa vĩ đại.** Pháp luật không quy tội người qua đường, ***nhưng đạo lý và lương tri kết tội họ.***

Lão Tử từng nói trong Đạo Đức Kinh:

"Hành thiện không tranh,
Mà không ai không tán tụng."

Nhưng nếu không hành, dù lòng có "thiện", cũng chỉ là ý niệm vô ích. Đạo của Lão là "vô vi" – nhưng là *"vô vi nhi vô bất vi"*: không can thiệp gượng ép, *nhưng không thờ ơ trước khổ đau.*

III. Sự vô cảm hợp pháp – tai họa của xã hội văn minh

Trong một tai nạn, nếu hàng chục người đi qua không giúp đỡ nạn nhân vì sợ *"rắc rối"*, thì *tai họa không nằm ở cú ngã, mà ở sự im lặng bao quanh.*

Edmund Burke từng cảnh báo:

"Điều kiện duy nhất để cái ác chiến thắng *là khi người tốt không làm gì cả."*
Tội ác không cần kẻ xấu ra tay – chỉ cần người tốt không lên tiếng.
Đó là lý do tại sao trong Kinh Tứ Thập Nhị Chương, Phật dạy:
"Gặp người làm việc thiện, phải siêng học theo.
Gặp người làm việc ác, phải tự phản tỉnh.
Thấy điều thiện mà không theo là vô minh.
Biết điều ác mà không tránh là si mê."

IV. Tam học:
Giới – Định – Tuệ phải cùng phát triển
Bài kệ "Chư ác mạc tác..." là tổng kết Tam học:
Giới: *Không làm điều ác*
Định: *Giữ tâm ý thanh tịnh*
Tuệ: *Thành tựu điều lành* *(hành động trí tuệ – lợi tha)*

Ba trụ này như **kiềng ba chân. Nếu bỏ *"làm điều lành"*** ra, thì không còn là tu học toàn vẹn. Vì sao? *Vì tu không phải là "ở yên", mà là hành động với tâm từ bi tỉnh thức.*

V. Kết luận: Hành động là con đường giải thoát
Phật giáo không đặt nền đạo đức trên sự giữ gìn thuần túy, mà trên sự hiển hiện qua hành động lợi tha. Không làm điều tốt là một loại tội lỗi tinh vi, nhẹ như gió thoảng nhưng mạnh như lưỡi cưa – vì nó giết chết lòng trắc ẩn.

Không có hành động thiện, tâm hồn sẽ trơ cứng. Không có lời nói giúp người, sự sống sẽ đóng kín. Và không có bước chân thiện, thế giới sẽ chìm vào hố đen vô cảm.

"To do no good is a moral crime."
Không làm điều tốt là tự kết tội mình trong im lặng.
Gợi ý bản dịch tiếng Anh cho xuất bản song ngữ
To Do No Good Is A Moral Crime
The Buddhist Ethics of Action and Omission
Nguồn:

– Tác phẩm gốc:
"Không làm điều tốt là có tội" – ***Cư sĩ Nguyễn Minh Tiến***
– Tư liệu: Rộng mở tâm hồn – www.rongmotamhon.net

To Do No Good Is a Moral Crime

EDITORIAL INTRODUCTION

In a time when silence is often mistaken for innocence, and indifference is disguised as neutrality, we are called to return to the fundamental values of ethics and compassion. This essay, based on the insightful writing of lay Buddhist scholar Nguyen Minh Tien and expanded through philosophical reflection, serves as a compelling reminder: doing nothing in the face of suffering is not morally neutral — it is a form of complicity.

As we present this bilingual edition, we invite readers from all cultures to contemplate the deeper meanings of moral responsibility as taught in both Buddhist scriptures and universal human reason.

— Editorial Board, Van Hoc Moi (New Literature Review)

TO DO NO GOOD IS A MORAL CRIME

The Buddhist Ethics of Action and Omission

INTRODUCTION

Is it enough to simply avoid wrongdoing in order to be a good person? This seemingly simple question opens a profound moral inquiry. In modern society, we often excuse passivity as harmlessness, failing to see that silence in the face of suffering is itself a subtle form of wrongdoing.

The Buddha summarized the entire path of ethical and spiritual cultivation in a short verse from the Mahāparinirvāṇa Sūtra:

- Do not commit evil,
- Cultivate all that is good,
- Purify your mind —
- This is the teaching of all Buddhas.

Among these three tenets, the second — "to cultivate all

that is good" — is most often neglected. People may take pride in having harmed no one, but do they ask: "Have I done good when I had the chance?"

I. BUDDHIST ETHICS: Omission as Karmic Failure

Buddhist ethics emphasizes that merit arises not only by avoiding evil but also by acting virtuously. When we fail to act upon opportunities for good, we accumulate what is known as negative karma by omission.

The French philosopher Voltaire once wrote: "We are guilty of the good we did not do." This echoes Confucius, who taught: "To see what is right and not do it is a lack of courage." (Analects, Book 2)

Similarly, in the Dhammapada (verse 313), the Buddha says:

"If you do something good, do it thoroughly.
Engage it with your whole heart.
For negligence in good conduct
leads to suffering."

Inaction is not neutrality — it is an ethical choice with consequences.

II. LAW AND CONSCIENCE: Where Justice Fails, Compassion Must Act

In 1935, Mayor Fiorello LaGuardia of New York heard the case of a poor grandmother who stole bread to feed her starving grandchildren. Though he fined her ten dollars under the law, he paid the fine himself — and then fined every person in the courtroom fifty cents "for living in a city where a grandmother must steal bread to feed her grandchildren."

Law does not convict bystanders. But conscience does.

Lao Tzu said in the Tao Te Ching: "Those who do good do not argue; those who argue are not good." True virtue requires no assertion — but it requires action.

III. MORAL PARALYSIS: The Ethical Disaster of Passive Goodness

When dozens pass by an accident without helping, the tragedy is not the fall, but the wall of silence surrounding it.

Edmund Burke warned: "The only thing necessary for the triumph of evil is for good men to do nothing."
Inaction by good people enables the system of harm to continue unchecked.
The Forty-Two Chapter Sutra records the Buddha's admonition:
"When you see someone doing good, emulate them.
When you see wrongdoing, reflect inward.
To ignore goodness is ignorance.
To condone evil is delusion."

IV. THE TRIPLE DISCIPLINE: Ethics, Meditation, Wisdom
The verse cited at the beginning outlines the Threefold Training (triśikṣā):
- Śīla (Ethical restraint) — Avoiding evil
- Samādhi (Concentration) — Purifying the mind
- Prajñā (Wisdom) — Acting compassionately

These three are interdependent. To omit virtuous action is to lose the benefit of wisdom; without purity of mind, even good actions may become corrupted by selfish motives.
V. CONCLUSION: Action Is the Path to Liberation

Buddhist morality is not passive. It is deeply active, engaged, and compassionate. It demands that we act — when we can, where we can, however we can — to relieve suffering.

In a world overwhelmed by injustice and distraction, a silent good heart is not enough. Only through active virtue can we redeem ourselves — and our world.

"To do no good is a moral crime." Let this truth guide our days.

- Translated and Expanded from the original essay by Nguyen Minh Tien

NGÃ PHƯƠNG HUYỀN

NGUYỄN MINH TIẾN

Không làm điều tốt là có tội *(Phần 1)*

Một trong những điều hầu hết chúng ta đều quan tâm trong cuộc sống là phải sống như thế nào để cuộc sống này luôn thực sự có ý nghĩa. Chính từ sự quan tâm đó, trải qua dòng thời gian, nhân loại đã hình thành và hoàn thiện dần các phạm trù đạo đức, triết học, giáo dục... và kể cả tín ngưỡng. Mục đích cuối cùng của tất cả các phạm trù khác nhau này phải chăng cũng đều là để hướng con người đến chỗ sống tốt hơn, sống có ý nghĩa hơn? Mỗi chúng ta đều nhờ được hấp thụ những nền tảng giáo dục, đạo đức, tín ngưỡng, triết học nên mới có được một quan điểm sống đúng đắn trong đời sống. Không có sự huân tập những nền tảng tốt đẹp đó, chúng ta sẽ rất dễ dàng chạy theo những cám dỗ, dễ dàng phạm vào bất kỳ tội lỗi nào để thỏa mãn những dục vọng của bản thân mình. Để thực sự trở thành một người tốt, chúng ta phải luôn tự vấn mình về những việc đã làm, những lỗi lầm đã vấp phải, nhằm không ngừng tu sửa, hoàn thiện bản thân. Thế nhưng, có một điều chúng ta thường rất dễ quên đi trong nỗ lực tự vấn này. Đó là ta chỉ quan tâm hối tiếc và nỗ lực sửa chữa những điều không tốt mà mình đã làm, nhưng lại rất hiếm khi hối tiếc về những việc tốt mà ta đã không làm khi có cơ hội. Chính khuynh hướng này đã nhiều khi biến chúng ta thành những con người vô cảm, lạnh lùng. Và trong trường hợp đó thì cho dù ta không làm bất cứ điều gì sai trái, cũng khó lòng có thể thực sự được xem là người tốt. Kinh Đại Bát Niết-bàn có bài kệ tóm gọn ý nghĩa những lời Phật dạy qua tất cả Kinh điển:

- *Chư ác mạc tác,*
- *Chúng thiện phụng hành,*
- *Tự tịnh kỳ ý,*
- *Thị chư Phật giáo.*
- **Tạm dịch:**
- *Không làm các việc ác,*
- *Thành tựu các việc lành,*

- *Giữ tâm ý thanh tịnh,*
- *Chính lời chư Phật dạy.*

- **Bài kệ 4 câu này nêu ra 3 phạm trù tu tập,** và câu cuối cùng khẳng định để tạo niềm tin chắc chắn rằng cả 3 phạm trù nêu trên chính là toàn bộ ý nghĩa lời dạy của chư Phật.

-**Phạm trù thứ nhất**, *"không làm các việc ác"* chính là điều mà tất cả chúng ta đều quan tâm ngay từ khi bước vào con đường tu tập.

-Nhưng phạm trù thứ hai lại rất thường bị chúng ta xao lãng...

-Hay nói khác đi, việc phạm vào một điều xấu ác có thể làm ta day dứt, hối hận, và từ đó sinh khởi quyết tâm sửa đổi tự thân, nhưng việc bỏ qua không làm một điều tốt khi có cơ hội lại thường bị chúng ta xem như việc hết sức bình thường, không có gì đáng nói. Và do đó ta tự nghĩ không có gì phải cảm thấy có lỗi.

-Tuy nhiên, khi suy ngẫm lại câu kệ thứ hai trong bài kệ dẫn trên, ta có thể thấy rõ là mình đã không làm đúng theo lời Phật dạy:

"Thành tựu các việc lành."

-Như vậy, chúng ta thấy rõ rằng để thực sự sống tốt thì không chỉ "*không làm các việc ác*" mà còn phải *"làm tất cả việc lành"*. Tất nhiên, ở đây hàm ý là khi ta *có được cơ hội để làm những việc lành ấy.*

- Câu chuyện sau đây về ông Thị trưởng Fiorello LaGuardia ở thành phố New York vào năm 1935 là một minh họa rất sống động cho ý nghĩa này.

Bà lão khai là đang nuôi hai đứa cháu ngoại không có cha trong khi mẹ của chúng thì ốm liệt giường.

-Vì thương cháu sắp chết đói, bà đã buộc lòng phải phạm tội ăn cắp!!

- Sau khi nghe rõ câu chuyện, ông Thị trưởng tuyên phạt bà lão 10 đô-la về tội ăn cắp hoặc phải bị giam 10 ngày nếu không nộp phạt.

Nhưng rồi ngay sau đó, ông đã dùng tiền riêng của mình để nộp phạt thay cho bà lão, đồng thời hướng về tất cả cử tọa tham dự phiên tòa, ông nói:

- "Còn đối với tất cả quý ngài, tôi xin tuyên phạt mỗi người 50 xu vì tội quý ngài đã không làm gì, để cho một bà

lão già yếu và nghèo túng đến nỗi phải đi ăn cắp bánh mì nuôi cháu giữa thành phố của chúng ta."

-Cả phòng xử án đều lặng đi trước lời tuyên án lạ lùng của ông Thị trưởng, nhưng rồi tất cả đều kịp hiểu ra và hưởng ứng, góp ngay mỗi người 50 xu để giúp đỡ bà lão.

- Hầu hết chúng ta đều cảm thấy mình không thể "có tội" khi không làm gì cả.

Nhưng thật ra, khi hoàn cảnh cho phép mà ta hờ hững bỏ qua những điều tốt đẹp không nỗ lực làm, đó cũng chính là một biểu hiện khác của tội lỗi.

Vì thế, nhà văn Edmund Burke đã nói rất đúng về ý nghĩa này:

"Điều kiện duy nhất để cái ác ngự trị chính là khi những người tốt không làm gì cả."

(The only thing necessary for the triumph of evil is for good men to do nothing.)

-Còn triết gia Voltaire t*hì gay gắt hơn khi lên án sự vô tâm của tất cả mọi người:*

"Chúng ta có lỗi về những điều tốt mà ta đã không làm." nhận định trên, nhưng sự thật là khi sự vô cảm và "**không làm điều tốt"** *lan rộng trong một xã hội, chúng ta không thể nào mong đợi xã hội ấy phát triển tốt đẹp.*

-Và trong nhiều trường hợp cụ thể hơn thì ý nghĩa ***"có tội" khi "không làm gì cả"*** *sẽ hiển nhiên đến mức không thể phủ nhận.*

Một tai nạn xảy ra trên đường phố, những người dửng dưng đi qua mà không nỗ lực làm gì đó để cứu giúp các nạn nhân đều phải xem là có tội.

- Trở lại với ba phạm trù trong bài kệ của kinh Niết-bàn, ngoài việc ***"tránh ác, làm lành",*** ta còn thấy câu kệ thứ ba đề cập đến việc "giữ tâm ý thanh tịnh". Hầu hết chúng ta chẳng những thường xao lãng với câu thứ hai như trên vừa nói, mà đối với câu thứ ba này cũng thường xem như chỉ dành cho những bậc tu hành xuất thế hoặc chí ít cũng đã dày công tu tập.

- Thật ra, việc giữ tâm ý thanh tịnh chẳng những là một phạm trù tu tập thiết yếu cho tất cả mọi người, mà còn là pháptu phải áp dụng ngay trong cuộc sống hằng ngày, nếu chúng ta muốn cho sự tu tập của mình đạt được hiệu quả thiết thực.

- Vì thế, bài kệ ngắn gọn trên quả thật đã nêu đầy đủ và chính xác những gì chúng ta cần phải quan tâm trong sự tu dưỡng bản thân. Hơn thế nữa, cả ba phạm trù được nêu ra là có quan hệ mật thiết và hỗ tương cho nhau, nếu thiếu đi một trong ba đều không thể thành tựu công phu tu tập. Bởi vì sự tu tập làm lành lánh dữ nếu thực sự xuất phát từ tâm từ bi, lợi tha thì ta sẽ không thể nào vô tâm, lãnh đạm với những khổ đau, khó khăn của người khác. Do đó, chẳng những ta không làm các việc xấu ác vì gây tổn hại đến người khác, mà nếu có cơ hội giúp người ta cũng không thể bỏ qua không làm. *Đó chính là ý nghĩa "không làm cũng có tội"*. Nhưng cho dù ta có nỗ lực làm lành lánh dữ, nếu không biết chú tâm đến việc tu dưỡng tâm ý thanh tịnh mà để cho những tâm niệm tham muốn hoặc sân hận thúc đẩy, sai sử, thì chắc chắn sớm muộn gì những nỗ lực làm lành lánh dữ của ta cũng sẽ tan thành mây khói, ta sẽ dễ dàng sa đọa vào những hành vi xấu ác mà thôi.

- Đó là vì như Phật đã dạy trong kinh Pháp Cú: ***"Ý dẫn đầu các pháp."***

- Do đó, việc tu dưỡng tâm ý thanh tịnh vừa là một phạm trù tu tập quan trọng, thiết yếu, mà đồng thời cũng là một phương tiện hỗ trợ, giúp ta có thể thực hành nỗ lực làm lành lánh dữ một cách dễ dàng hơn.

-Cho nên, có thể nói cả ba phạm trù tu tập được đề cập trên giống như ba chân vạc, nếu thiếu đi một sẽ không hiệu quả hơn.

Nội dung được tải về từ website Rộng mở tâm hồn: http://rongmotamhon.net

Nguồn: www.rongmotamhon.net

NGUYỄN MINH TIẾN (Cư sĩ)

Bút danh ***Nguyên Minh*** *(sáng tác thơ, văn & nhạc)*

TIỂU LỤC THẦN PHONG
KẺ ĐẾM THỜI GIAN

Y lẩm nhẩm tính toán từng ngày, cứ mỗi lần bình minh lên và hoàng hôn xuống lại đánh một dấu vào cái cột mốc thời gian. Trời ơi, mới đó mà đã được 18.888 ngày rồi, nhiều quá! Đời đầy nhóc ngày, ngày ngập tràn những thứ bất như ý, còn những cái thích thì chẳng có bao nhiêu. Ngày thì đã đầy mà tay thì trống rỗng, cứ như thế này thì chả mấy chốc ra đi trắng tay.

Kể cũng lạ, thiên hạ đếm tiền bạc bằng những con số ngàn, triệu, tỷ. Đếm vàng bạc bằng chỉ, lượng, tấn. Đếm đất đai bằng sào, khoảnh, mẫu… vậy mà y lại đi đếm thời gian, đếm từng ngày qua. Chả trách người ta nói là “đồ khùng”! Y biết nhưng cười khẩy chứ làm được gì hơn? Nào phải y muốn thế!vì muốn cũng không được mà không muốn cũng không xong, sự thể nó thế thì phải thế thôi! Y làm gì có tiền, vàng bạc hay đất đai để đếm! Chỉ có mỗi cái thời gian vô tận đó đếm đến chết không hết. Đếm thời gian ấy vậy mà lành vì chẳng phải giành giật hay kèn cựa với ai, cũng chẳng mất lòng ai. Thật tình mà nói thì chỉ có mỗi y đếm thời gian chứ có ma nào nhào vô đếm đâu mà lo. Y cứ như người một mình một chợ nên tha hồ mà đếm.

Đếm thời gian để làm gì? Có đôi khi y tự vấn lòng như thế nhưng không tài nào trả lời được. Y đã không biết thì làm sao kẻ khác biết được, nếu họ mà biết được thì chết liền.

Thiên hạ vẫn kháo nhau đời người ba vạn sáu ngàn ngày, vậy mà y đếm đã được 18.888 ngày rồi, thế này thì đã quá nửa, những ngày còn lại liệu có đếm hết được chăng? Điều này y không biết, thiên hạ cũng chẳng có kẻ nào biết, cho dù đó là người thông minh nhất thiên hạ, chỉ số IQ cao nhất thiên hạ. Con quỷ vô thường nó có thể đến bất cứ lúc nào: ngày nay, ngày mai, đêm nay, thậm chí chỉ trong bất cứ giây phút nào đó. 18.888 ngày đã qua, kiểm thảo lại thì thấy hoàn toàn vô tích sự. 3650 ngày đầu thì là kỳ sơ sinh – nhi đồng, chỉ có ăn và ngủ. 3650 ngày kế thuộc vào giai đoạn thiếu niên – thanh niên, chỉ có ăn, học và chơi, chưa biết lo toan hay tính toán gì. 3650 ngày nữa thì vào đời, ngày ngày lo cày kiếm cơm, ăn, ngủ, hưởng chút khoái lạc vu vơ giữa bộn bề lo toan, vô vàn mối bận tâm, đầy khổ đau hệ lụy. 10.953 ngày sau đó thì nai lưng cày để nuôi thân, nuôi gia đình và nuôi cả những khổ đau. Ngày ngày quần quật làm rồi lăn ra ngủ rồi lại làm, cái chuỗi ngày dài vô vị kéo lê thê nhiều khi chẳng biết keó dài ngày như thế để làm gì? Dù biết hay không biết nhưng vẫn không thể không kéo dài, ờ mà kéo dài để đếm thời gian.

Thời gian gần đây nhất y đếm được 635 ngày, ấy là những ngày lẻ tẻ vụn vặt. Những con số lớn kia còn chẳng ra trò trống gì thì những ngày lẻ tẻ này có nghĩa lý gì? Có đáng giá gì? Tuy nhiên đã đếm thì cố đếm cho đủ thế thôi!

Y đếm thời gian, lớn thì từng thập kỷ, 3650 ngày tức vị chi 73.000 giờ. Thấp hơn chút thì từng năm, với 365 ngày tương ưng với 8760 giờ. Còn tính từng ngày thì cũng dài đến 1440 phút mà quy ra giây thì lên đến 88.400. Chao ơi cuộc chơi nơi thế gian này khổ và dài như vô tận. Nếu những phút giây mưu sinh vất vả thì mỗi phút giây nặng nề ì ạch như chẳng muốn trôi qua. Còn những khi có chút hoan lạc hay đoàn tụ thì phút giây lại bay qua nhanh như tên bắn, như hơi sương dưới ánh mặt trời. Hơn cả hết thì thân tâm như lửa cháy, cháy trong từng phút giây, cháy vì dục vọng, thèm khát. Chung quy cũng không ngoài mấy món: sắc dục, tiền tài, danh vọng… Trong từng phút giây mê mờ với sắc – thanh – hương – vị…Từng phút giây trói buộc trong sự yêu – ghét, mừng – giận, được – mất, vinh – nhục…ôi chao, những phút giây khốn khở của con người. Y đã thế thì thiên hạ nào có khác chi, con người ta thân thể và tâm ý vốn như nhau, đều ràng buộc trong ngũ dục lục trần. May ra chỉ có những vị buông xả rốt ráo, sống chánh niệm trong từng phút giây thì mới không bị lửa tâm thiêu đốt, tuy nhiên lửa thân thì vẫn phải chịu chứ không sao tránh khỏi. Lửa thân vẫn cháy trong từng phút giây, hàng triệu tế bào sanh diệt, từng ngày, từng giờ đi đến sự hoại diệt.

Dù cói nói nghiêm túc hay cà rỡn thì cũng có thể khẳng định một cách chắc chắn là y chưa từng sống, không biết sống, chẳng thật sự sống. Y chỉ tồn tại mà thôi, tồn tại với cái bản năng sinh tồn: ăn, ngủ, cày, quất… thế thôi! Một cái bị thịt thô lậu, vô tích sự, có cũng được mà không có cũng tốt. Y biết rõ và nhìn nhận điều này đúng với sự thật chứ chẳng có bi quan hay mặc cảm tự ti chi cả. Tất nhiên là trong đời nhiều khi y cũng mơ ước "Thà một phút huy hoang rồi chợt tắt" nhưng phước phần không có, trí lực và năng lực chỉ nhiêu đó thì làm sao cháy sáng được? Làm sao sống lộng lẫy hay rực rỡ? Bởi vậy 18.888 ngày qua mờ mờ nhân ảnh, đời le lói từ binh minh cho đến hoàng hôn và cứ như thế cột mốc thời gian đầy ắp số vạch khắc vào.

Sống ở cái xứ này thì đơn vị tuần còn thông dụng hơn đơn vị tháng, năm. Cứ mỗi một tuần qua đi như thể một chu kỳ, một vòng sanh diệt nho nhỏ, một vòng tuần hoàn con con. Xong một tuần là lại khởi đầu cho một hành trình mới. Một tuần với 7 ngày hay là 168 giờ tức 10.080 phút nữa sẽ trải qua, thời gian cày kiếm sống chỉ chừng 40 giờ đủ để nuôi cái thân này và chăm chút cho cái gia đình. Y đếm thời gian, đếm giờ, đếm phút suốt quá trình thời gian của mỗi tuần và trong suốt 18.888 ngày đã qua và sẽ tiếp tục đếm cho hết 17.112 ngày sắp đến.

Đếm được 18.888 ngày, giờ còn lại 17.112 ngày phải đếm nốt chứ không lẽ bỏ dở? Lý thuyết là vậy nhưng thâm tâm y thì dứt được lúc nào hay lúc ấy. Hóa thân vào mây trắng trời xanh kia càng sớm càng tốt. Nhập vào bọt nước trùng khơi kia càng nhanh càng hay. 18.888 ngày đã qua chẳng có gì lý thú thì 17.112 ngày sắp đến chắc cũng thế, thậm chí còn có thể tệ hơn. Rồi đây thân thể sẽ suy hao lão hóa, da chùng cơ nhão, các khớp xương rệu rạo hành hạ trong từng bước đi… bao nhiêu hệ lụy của thời gian sẽ hiện rõ và sẽ bồi thêm khổ đau vào cuộc đời vốn đã đầy khổ đau.

Y rùng mình nghĩ đến 17.112 ngày sắp đến, lại nghĩ đến mây trắng trời xanh, bọt nước trùng khơi kia sao mà tự do quá đỗi, tự do tuyệt đối. Nếu mà y nhập được vào mây trắng trời xanh, bọt nước trùng khơi kia thì vĩnh viễn chấm dứt cái việc đếm thời gian trong bao nhiêu kiếp đã qua.

Y nghĩ cách hóa mây trắng hay bọt nước nhưng không có cách nào khả thi. Y thấy văn hào Ernest Hermingway lừng danh với tác phẩm "Ông già và biển cả", vốn là khôi nguyên giải Nobel văn chương đã dùng súng tự xử mình. Khôi nguyên giải Nobel văn chương người Nhật là Kawabat Yasunari từng viết tác phẩm "Ngàn cánh hạc" làm say đắm lòng người bao thế hệ xưa nay cũng tự xử lấy. Văn hào Nhật Yukio Mishima, Ryunosuke Akutagawa đã dùng nghi thức võ sỹ đạo mổ bụng để giữ mãi cái hào quang vàng son văn chương và tuổi trẻ. Thi sĩ Kiatamura Tokoku quyết định ra đi khi đang sung sức. Văn sỹ Dazai Osamu trầm mình dưới hồ Tokyo… Bọn họ quyết định ra đi thật sớm để giữ lấy vàng son, quan trọng hơn hết là để khỏi phải đếm thời gian. Bọn văn sỹ, thi sỹ ấy sống lộng lẫy chết rực rỡ. Bọn họ như những con phượng hoàng lửa bay vụt qua thế gian này. Bọn họ cháy sáng lên, cháy một cách lộng lẫy và đẹp như một giấc mơ, không có bút mực nào của con người có thể tả được. Bọn họ không vì tuyệt vọng, chẳng phải lạc lối mà quyết định sai lầm hay bồng bột, hoàn toàn không phải thế! Bọn họ là những kẻ duy mỹ, chọn lựa chấm dứt việc đếm thời gian là đạt đến độ đẹp tột đỉnh của đời họ. Họ không thể nói bằng lời, không thể diễn giải bằng văn tự, chỉ có việc hóa thân vào hư không mới có thể đưa họ nhập vào cảnh giới siêu mỹ mà đồng loại vô phương hiểu được. Bọn họ không phải là thiền sư nhưng mây trắng trời xanh, bọt nước trùng khơi, mười phương trời vô biên đã đem lại cho họ cái khoảnh khắc bất chợt vỡ cái vỏ vô minh từ bao đời. Đếm thời gian mà làm gì? Níu kéo dài thời gian chỉ là hạng thô lậu tầm thường. Chim phượng hoàng lửa vụt bay qua bầu trời, một khoảnh khắc ấy làm sao đếm được? Một khoảnh khắc nhưng đủ đầy cả quá khứ, hiện tại, tương lai; đủ bao trùm cả thế gian này.

Y hâm mộ vô cùng nhưng y không thể nào chấm dứt việc đếm thời gian được! Bản tánh y hèn mọn, nhát cáy. Gà què, vịt đẹt thì làm sao làm được việc của phượng hoàng lửa. Cóc nhái, sâu bọ không thể làm nổi việc của đại bàng. Biết vậy nên y an phận ngày ngày đếm thời gian như một vở bi hài kịch của kiếp người. 18.888 ngày đã đếm đủ, 17.112 ngày tới liệu có đếm đủ hay chăng? Mà đủ hay thiếu thì cũng chẳng có ý nghĩa gì, miễn rằng cứ mỗi bình minh lên và hoàng hôn xuống thì y lại khắc vào cột mốc thời gian một vạch mới.

TIỂU LỤC THẦN PHONG
Ất Lăng thành, 0325

NGUYỄN-HÒA-TRƯỚC
Trên cao, mùa trắng

Thì, nay biệt thuở đông miên
âm nào gọi?
nhặt ngoài hiên
tiếng đời

Sáng lên đất tỏ lọ nồi
tồng ngồng nẹp lác thả rươi lối chào
thông rìa thung bụm nôn nao
gậy ra bốn phía trái nâu nhựa dầy

Gõ que trống nhạc trầm rây
núi loe đá tím nổ dây nhũ vàng
đồi chàm gió rọc ô ngang
thủy tiên thức sớm thơm màn mạn tho

Thang cau bở ruộng tròn mo
cắt phăng lưỡi muối ngọt vo quả bồng
khói lam thắt lọn thong dong
đá trêu bọt khảm mi mòng mọng chau

Rong khua khoắng bận rộn nhau
hẵng chơi vui đã bỏ sau buổi về

*

Chừng như đã đụng ngàn khê
trên cao ngó xuống bộn bề lạ dưng
Lặt thêm chín hạt nhựa đòng
say, chân lắc nhịp long nhong tưởng chiều

Tóc rong suối chải đìu hiu
đệm tơ lưng xuống ngỡ yêu mị ngồi

Ngôi viền xóa hết trăm nơi
chêm mây độn bước sợ lơi nhịp chờ
gió lăng xăng cuộn bảo đồ
động linh anh tặng kẻ cơ duyên vào

Thế gian đã có lần nao
trắng tinh dường thể miếng đào bóc chưa?
là đây cá bỏ lưới thưa
cùng rêu cứ giục hồ đưa rước thuyền

Khua khan nhẹ hững chèo nghiêng
rạch be dầm
viết chữ
yên lặng hoài

NGUYỄN-HÒA-TRƯỚC

TRẦN QUÝ TRUNG

PLEIKU NƠI CÓ NHIỀU KỶ NIỆM

Từ Ban Hét miền tam biên nước Việt
Ta trở về thăm thành phố thân yêu
Là Pleiku, tên gọi thật mĩ miều
Nơi có em mơ môi hồng nửa nụ

Và những chàng trai trả nợ núi sông
Đồi thông reo cây to bóng mát
Nước Biển Hồ xanh ngắt cảnh bồng lai
Quán Phụng Hoàng chốn người hùng hội ngộ

Quên chiến trường rực lửa của cao nguyên
Ta muốn quên đi mọi nỗi ưu phiền
Gió lạnh mưa mùa hôi tanh xương máu
Hỡi em yêu, xin đừng yêu anh nữa

Đời chiến binh sinh mệnh có dài đâu
Anh không muốn em trở thành quả phụ
Ở tuổi hồng, lòng chưa biết thương đau

TRẦN QUÝ TRUNG
1968

HUỲNH VIẾT TƯ
HÁT HÒ KHOAN

Bà Đỗ Thị Ao (1935 – 22/9/2009 ÂL)

Hò khoan không phải là một "đặc sản" riêng có của xứ Quảng Nam mà xuất hiện ở nhiều địa phương miền Trung và Nam Bộ. Ở Thanh Hóa có các làn điệu Hò sông Mã. Quảng Bình có cả một bộ 9 mái Hò Lệ Thủy nổi tiếng xưa nay. Ở vùng sông nước Nam Bộ thì có hò Đồng Tháp và cả cộng đồng cư dân đồng bằng sông Cửu Long.

Người dân quê hò mọi lúc mọi nơi, trò chuyện cũng qua câu hò. Một số làn điệu đã được lưu truyền từ xa xưa, được diễn xướng tập thể với nhịp độ nhanh theo lề lối xướng - xô, phần lớn các điệu hò là những câu hát ứng tác (hát kiến tại, hát bắt quờ) với tiết tấu thong thả, ngân nga tự do; âm điệu, tiết tấu không cố định mà tùy thuộc vào khả năng người hát (hò lơi). Về lời ca, Hò khoan thường sử dụng thể thơ lục bát hoặc song thất lục bát nguyên thể hoặc biến thể, kết hợp với những tiếng "à ơi, hố hợi..." để đưa hơi, giữ nhịp trong khi trong đầu đang suy nghĩ tìm ý, gieo vần để tiếp tục hát.

Ở làng quê Quảng Nam xưa, hát Hò khoan có thể được tổ chức thành "đám hát" tương tự như hát Quan họ, hát Xoan, hát Trống quân ở miền Bắc hay hát Ví dặm ở Nghệ Tĩnh; cũng có thể xuất hiện dưới hình thức đối đáp trong lao động sản xuất, tạo thành những thể loại "thứ cấp"như hát Giã vôi, hò Đi cấy, hò Giã gạo, hò Chèo thuyền, kể cả hò Ba lý, hò Đưa linh, hát Vè Vân Tiên... cũng có thể được xem là những kiểu hát Hò khoan. Nội dung hò khoan Quảng Nam – Hội An có những mô - típ phổ biến: Hát chào, hát kết (bạn), hát nhơn ngãi (huê tình), hát hẹn, hát xa, hát xạo, hát ngạo, hát đố, hát ghẹo, hát hờn (trách)... Về cách diễn xướng, do đặc điểm ứng tác nên hát hò khoan thường một người diễn, thể hiện qua những câu đối đáp nối tiếp từng người giữa các bên tham gia. Tuy nhiên, trong những cuộc hát mang tính "thách thức" giữa các nhóm bạn cũng có sự tham gia của tập thể qua những câu "xô" còn gọi là "hố", đặc biệt là ở thể loại hò Ba lý.

Bà Đỗ Thị Ao, cùng chồng là ông Huỳnh Viết Chấp thường tham gia vào những ngày hội làng, với những bài dân ca về hò khoan nghe như lời ru của mẹ, của bà đưa tuổi thơ vào giấc ngủ bình yên, hay hát về tình yêu đôi lứa qua các cung bậc cảm xúc: yêu nhau, trắc trở đa đoan, chia tay, rồi đoàn viên... Ngoài những làn điệu mang đậm chất đặc trưng của vùng đất Hội An là những điệu hò biến thể đã tồn tại, hình thành hàng trăm năm trước, đi vào cuộc sống của cư dân khi mới bắt đầu đến khai khẩn vùng đất Hội An, biểu thị tinh thần lạc quan trong cuộc sống, vượt qua mọi gian nan, khắc phục khó khăn, luôn yêu đời, yêu thiên nhiên, yêu cuộc sống ở xung quanh ta.

Tôi không biết giải thích như thế nào về ông bà, một người buôn gánh, bán bưng; một người làm thợ mộc để sinh sống và nuôi dạy con cái, tự học để biết đọc biết viết và sau này qua những lớp bình dân học vụ, mà sao trí nhớ về những làn điệu dân ca, truyện cổ tích, truyện Kiều như nhớ ngày giờ sinh, tháng đẻ của một lũ con đông…. Phải chăng, ông bà đã qua không gian văn hóa tại Hội An, từ khi còn lọt lòng đến trưởng thành trong cái nôi văn nghệ dân gian và vì mê hát dân ca nên ông bà tìm tòi đọc sách, lắng nghe những lớp người đi trước và học hỏi trong thực tế cuộc sống thường ngày. Điều đó, đã hình thành nên tính cách của con người ở phố cổ Hội An, sống nhân hậu nhưng cũng phóng khoáng và lãng mạn. Hồi đó, người hát không có hòa âm của dàn nhạc, cũng không có loa điện như bây giờ, chỉ hát mộc thôi nhưng bằng chất giọng trời cho và tính chân thật của một con người trải qua thực tế cuộc sống lao động, bà đã làm đắm lòng người nghe trong không gian lẽ ra sôi động, lại có những phút giây lắng đọng lòng người.

Từ cái thời xa xưa ấy, ông bà luôn được dân làng yêu mến,

nên khi đã về miền mây trắng mà người làng còn nhắc tên. Người ta còn kể và qua tự sự, ông bà nên duyên vợ chồng từ khi gặp nhau ở những buổi văn nghệ ở hội làng Cẩm Phô từ thời 1945 khi còn là những thiếu niên đến sau này. Người trong làng nhớ lại giữa đêm trăng sáng, trời đất bao la, sóng nước bềnh bồng,… trên chiếc ghe con con đi mua cá ở các chòi rớ về bán, bà cất tiếng:

À... ơi! Đất Quảng Nam chưa mưa đà thấm/ chớ rượu Hồng Đào chưa nhắm đà say/ Đêm về nằm ngủ gác tay chớ nơi mô ơn trượng à… ơ... / chớ nơi mô ơn trượng nghĩa dày bằng ta! Ớ ờ ơ... À ơ… ơ…ớ….Khoan…ơ… hố hợi…là hòkhoan!

Làm cho những người trên các ghe đánh cá, ghe đi soi đêm, chòi rớ trên sông, bà con nấu hến, nấu bắp trong bờ… không khỏi lay động lòng, hò theo làm dậy bến sông quê, nên có ông cất lời:

À... ơi! Lời hát thấm đượm ân tình/ Xao xuyến tự trong tim mình bạn ơi! À… ơ... Tình ta như chén rượu đầy/ chớ hương kia càng đượm càng say càng nồng! Ớ ờ ơ... À ơ… ơ…ớ….Khoan…ơ… hố hợi…là hò…

Bà đáp:

À… ơi!...

Gió đưa sột soạt mái tranh nghèo
Chim quyên uốn lưỡi trên cành thiên hương
Qua xa mình, giờ gặp mặt lại thương
Xa nhau biền biệt nghĩa can trường đớn đau
Nhà nghèo ăn một miếng rau
Đường lên, ngõ xuống, mình thấy nhau cũng thỏa lòng…

Anh chủ rớ cá:

À… ơ…
Nhơn ngãi cách xa nghĩ đà oan ức
Duyên ít tình nhiều sao nỡ dứt tình đi
Chẳng thà hồi nớ đừng quen biết làm chi
Quen biết nhau rồi lại dứt tình đi thêm buồn…
Bà bắt quờ ngay (đi vào mục đích):

À …. ơ….
Rớ nhà anh (chớ) đã cất lên chưa
Để em ghé lại (mà) mua mở hàng
Gặp người may mắn cá tôm dô (vô) đầy
Quen biết nhau phải tới tới lui lui cho vẹn tấm chân tình!
À ơ… ơ…ớ….Khoan…ơ… hố hợi…là hò khoan….
….

Rứa là một đêm văn nghệ dân gian thực chất với sân khấu ngoài trời hoành tráng được xác lập một cách tự nhiên, không phải sân khấu hóa. Tuy ai có phận nấy nhưng việc bán buôn cũng không thiếu cái tình mà nhẹ nhàng như lời thơ, tiếng hát. Phải chăng, vì yếu tố di truyền đó nên hắn từ một người mà học tập và làm việc để sinh sống chỉ liên quan đến Khoa học tự nhiên cũng mê văn nghệ dân gian và các làn điệu dân ca như một duyên nợ truyền đời.

Hò khoan là một loại hình dân ca, sinh hoạt dân gian miền sông nước như ở Hội An - Quảng Nam, là "lời ăn tiếng nói" của người lao động được trải nghiệm, thu nhận qua vốn sống của cư dân qua hàng trăm năm cho đến ngày nay mà biểu lộ ra, qua tài năng của các nghệ nhân được cải biến đi, nâng tầm lên thành vần điệu nghệ thuật, làm phương tiện để trao đổi, bày tỏ, chuyển tải tâm tình giữa người này với người kia, giữa những tập thể với nhau trong cộng đồng. Ở Hội An - Quảng Nam, gọi là hò khoan vì đây là một dạng hò "lơi". Các nghệ nhân dùng câu hố *À ơ… ơ…ớ….Khoan…ơ… hố hợi…là hò…khoan* như một tiểu xảo, kéo dài ra để có thời gian mà tìm ý, tìm lời đối đáp. Hố thường đồng xướng tập thể, hoặc một người xướng, tập thể hò xô theo để tạo không khí sôi động, cho nên người xưa có câu ví von: Gốc tre khéo nấu cũng ngon/ Hò khoan hát dở, hố dòn cũng hay.

Trong cuộc hành trình về phương Nam đi mở đất, ông cha ta đã "gánh theo tên đất, tên làng" và mang theo cả những câu hò trong tâm huyết. Vậy nên hò khoan hiện diện từ Bắc miền Trung đến đồng bằng sông Cửu Long, đặc biệt rất phát triển ở dải đất miền Trung dài và hẹp, hò khoan có mặt ở khắp các tỉnh, mỗi tỉnh lại có cách thể hiện khác nhau như Hội An – Quảng Nam. Bây giờ do thuận lợi về giao thông, chúng ta có thể được nghe hò khoan Quảng Bình, Lệ Thuỷ, tại những hội lễ làng bên sông Kiến Giang. Khi vào đến miền sông nước đồng bằng sông Cửu Long thì hò đối đáp có sắc thái êm ả, phóng khoáng hơn rất nhiều như ta nghe một điệu hò Đồng Tháp, đôi câu đối đáp huê tình…

Hát hò khoan đối đáp trên sông Thu Bồn – Nguồn Internet

Ở nông thôn nước ta trước đây, vào những dịp nông nhàn, tấn vụ (trước khi xuống đồng vào vụ mới, nông dân làm lễ cúng Thần Nông, hoặc sau vụ thu hoạch mùa màng, lúa đầy bồ, cá tôm đầy thuyền …) vào những đêm trăng sáng, trai thanh, gái lịch rủ nhau ra sân đình làng, bãi đất trống hay trên bến sông rộng, thoáng lập hội để hát hò khoan. Đó là những cuộc chơi đầy lý thú nhất. Còn thường ngày khi lao động trên đồng cạn, dưới đồng sâu đều có thể đối đáp cho vơi đi cái nhọc nhằn vất vả. Nhiều lúc cao hứng họ có thể hát đối đáp với nhau trên thuyền, giữa thuyền này với thuyền khác khi đang bồng bềnh trên sóng nước trữ tình. Một hội hò khoan không đòi hỏi chuẩn bị gì nhiều, tất cả vốn liếng “nằm ở trong đầu”, “khi thích là nhích”. Lúc đã hứng tình là hát ở bất cứ nơi đâu, cho nên hò khoan dễ tổ chức hơn nhiều thể loại khác.

Tại Hội An - Quảng Nam, theo ghi chép và lời kể của các bậc “cao niên” thì hồi nớ, ở địa phương nào cũng có hội hò khoan, thậm chí một địa phương cũng có nhiều hội như những câu lạc bộ bây giờ, quy tụ những “tài năng” ứng đối giỏi, có thể “xuất khẩu thành thơ” ngay, hát được mọi chủ đề, mọi tình huống, kiến thức rộng để không bị đối phương “bắt bí”. Có khi nhiều nhóm trong một địa phương tổ chức đối đáp với nhau, lại lắm khi “con gà tức nhau tiếng gáy”, các hội cách xa nhau dưới biển trên nguồn, nghe tiếng, biết tên nhau cũng tìm đến thi thố hát hò. Có vị ê chề vì thua mưu hát xạo nên biệt xứ tha phương, lại cũng lắm khi vì khích bác nhau nặng nề nên xảy ra xô xát không đáng có. Thường thì đề tài tình yêu nam nữ luôn có mặt trong các cuộc "thi thố", các anh cố "tán đổ" một giai nhân "tài sắc mười phân vẹn mười", dẫu có thể giai nhân chưa đổ mà mình đã lăn kềnh vì cô ta cũng đâu có vừa vẹn chi…

Đây là một vài câu hát xạo do các nghệ nhân cao tuổi kể lại để chúng ta cùng thưởng thức:

Nam:
Ta muốn hun má bậu mà chơi
Hoa kia còn phong nhuỵ bướm lả lơi phỉ tình
Nữ:
Má đâu có sẵn mà hun chơi
Anh ra ngoài đồi bắt chó mà hun
Nam:
Trên sơn dưới thủy, bạn giữ kỹ làm chi
Tiền thân hậu phúc, kiếm chút ấu nhi mà bồng.
Nữ:
Trên sơn dưới thủy, ta có giữ kỹ cũng ra đám đất bằng
Mai sau bạn có chết thì ra chỗ nớ lập cái lăng mà thờ!

Qua mẫu đối thoại trên, chúng ta có thể thấy người nam từ chỗ hát ghẹo, do "tán tỉnh" thái quá, thiếu lịch lãm nên không được người nữ chấp thuận mà trả đũa thẳng thừng. Dường như chưa thoả, một nữ khác bồi thêm:

Nữ:
Nghe đồn chàng khát nước thèm nghêu
Gặp chàng đây thiếp thử trao nghêu cho chàng cầm,
Cầm về bỏ vô ảng mà ngâm
Cho nước nó ra mà uống, nghêu cầm mà chơi!
Đến nước này thì người nam chẳng thể nhịn, vội đốp chát với miếng võ "gậy ông đập lưng ông" của bên nữ.
Nam:
Bạn trao nghêu thì để ta cầm
Ta cầm về bỏ ảng ta ngâm
Nước ra đôi chén, ta cầm về cho nhạc gia
Ông uống rồi ông lại thở ra,
Khen cho thằng rể ở xa (mà) hiếu tình.

Đây chỉ là những câu hò chưa "nhằm nhò chi" lắm, nhiều câu còn "độc địa" hơn nhiều, khiến người trong cuộc dễ "tăng huyết áp". Nếu trong hội có người cao tay hơn, uy tín hơn, ra tay "hát can, hát rước" để giải mối bất đồng và lái câu chuyện đi về phía khác thì mới không đổ vỡ, nếu không, cao trào sẽ càng lúc càng được đẩy cao lên đến đỉnh điểm đối đầu nhau. Hò khoan hát xạo là mảnh đất để các bên bộc lộ hết "vốn liếng" tài năng ứng đáp, gây thích thú cho người đi xem hội sau mỗi câu đối-đáp đốp chát đầy bất ngờ, nhưng dễ dẫn đến hát tục, hát ngạo...là một ngón đòn "độc", dễ gây mất hoà khí nên sau này bị dư luận phản đối, các hội hò khoan cũng ít ưa dùng, dần dần dẫn đến thất truyền. Thật là đáng tiếc, nếu biết hạn chế mặt tiêu cực, phát triển mặt tích cực thì đây sẽ là một sân chơi đầy thú vị.

Trong hò khoan đối đáp có nhiều công đoạn thể hiện như những tiểu đoạn, và một buổi hát đối đáp phải đi qua các công đoạn đó. Thường thì khi mới vào cuộc, hai bên chào hỏi giao đãi, mời mọc xã giao, đến khi "bén tiếng, quen hơi" thì bắt đầu "bắt chạn" để hát cùng, gọi là hát "kết", kết bạn, kết nghĩa, kết duyên, kết tình.... Nhiều đôi trai gái phải lòng nhau qua ý lời trao gởi đã nên nghĩa vợ chồng. Trong cuộc hát, lại có nhiều nội dung xen lẫn như hát đố, hát xạo, hát ghẹo, hát huê tình, nhân ngãi, sinh tử, hát ống, hát nhắn, hát hờn/ trách, hát chờ... đến khi sắp tàn cuộc thì hát hẹn, hát xa để chia tay, giã bạn và hẹn nhau vào dịp khác. Sau đây là một số câu hát tiêu biểu:

Hát chào:
Gặp nhau một chút nên duyên
Xin mời bên đó cất lên giọng hò
Ở ngoài xa tôi nghe tiếng bạn hò
Cách sông tôi cũng lội, cách đò tôi cũng sang
Tới đây, tôi chào hết bạn vàng
Chào người thục nữ, chào nàng thuyền quyên
Nam:
Gặp anh sao chẳng hỏi, chẳng chào
Hay là em đã có chốn sang giàu hơn anh ? (hát trách)
Nữ:
Tối tăm em còn biết nút mà gài(cởi)

Chừ đây biết quen hay lạ, biết ai mà chào?
Hát kết:
Tới đây anh lạ, em cũng lạ
Em bận áo hò cụt, anh bận áo đen dài
Anh nói với em huỷ huỷ hoài hoài
Biểu em đừng kết nghĩa với ai
Để còn kết nghĩa lâu dài với anh
Ai trắng như bông lòng tôi không chuộng
Thấy em đen dòn làm ruộng tôi thương
Biết rằng dạ có vấn vương
Để tôi cậy mối tìm đường sang thăm
Bướm đeo dưới bụng cây bần
Anh muốn vô kết nghĩa đá vàng được không ?
Em còn bán tín, bán nghi
Chưa đem vô dạ, chưa ghi vào lòng
Hát ghẹo:
Trứng vịt đổ lộn trứng gà
Thấy em má đỏ anh đà muốn hun (hôn)
Muốn hun về nói với mẹ cha,
Tiền cheo, heo cưới tới nhà mà hun.
Nực cười con kiến kiện con rồng
Bạn xít ra cho khỏi kẻo chồng ta ghen
Cọp nằm kẽ đá mài răng
Mấy thằng chồng ghen vặt ông ăn cho rồi
Ai về nhắn với ông câu
Con cá ăn không giựt, để lâu mất mồi
Mất mồi này ta câu mồi khác
Cá biển nhiều xao xác thiếu chi ?
Hát nhân ngãi:
Cọp mà vật mấy ông thầy địa
Yêu mà nhai mấy thầy bói chọn ngày
Trớ trêu họ khéo đặt bày
Mình cứ thương cho hết dạ thì cao dày cũng phải nghe
Vợ chồng là nghĩa phu thê
Tay ấp má kề, sinh tử có nhau
Chẳng tham của sẵn anh đâu

Tham vì nhân nghĩa năm đầu ngón tay
Bao giờ cho đặng sum vầy?
Giao ca đôi mặt dạ này mới vui
Hát sinh tử:
"...Ngó vô trong cảnh gia đàng
Nhơn sầu cảnh dị, hoa tàn nhuỵ khô
Một mình quày quả ra vô
Bải nước trầu còn đố mẹ con đi mô không thấy về
Hay là em ly biệt phu thê
Em hẹn hò non nước, bỏ bê chốn dương trần..."

Hát đố:

Trong Hò khoan đối đáp lắm khi các bên đưa ra một vế đối ít ai ngờ tới, nội dung câu đố thường không cao siêu nhưng mưu trí, gọi là "đố mẹo", hát đố cũng gây sự thích thú khi nội dung câu đố đã được "giải mã" hợp lý hợp tình.

Đối:
Bánh dẫu nhiều sao gọi là bánh ít (một loại bánh thường có ở Hội An)
Chuối con non sao gọi chuối già? (tên cây chuối hột, chuối chát)
Nếu anh mà đối dặng mới thiệt là đáng khen
Đáp:
Sao canh chua loét cũng kêu canh ngọt (rau bồ ngót và lấy từ ý câu "cơm lành, canh ngọt")
Cau cao nghệu sao gọi cau lùn? (tên loại cau)
Thuyền quyên mà có hỏi nữa, anh hùng chẳng chịu thua!
Đố lái:

Đây là đặc thù của xứ Quảng. Bên cạnh cái sự "cãi", nói lái cũng được người Quảng ưa dùng, không những thế, họ còn vận dụng đưa vào lời hát hết sức tài tình. Chỉnh vế, chính cả ý tứ. (chủ yếu là lái âm, lái ý nhưng cũng đôi khi rất chỉnh từ). Nếu bảo rằng đây là một "nghệ thuật" cũng không ngoa.

Đối:
Con cua, con rồng xuôi ngược mấy con?
Em mô mà đối được, anh mua chăn cho nằm
Đáp:

Con cua, con rồng xuôi ngược có bốn con
Cua, Rồng nói ngược là con Công, con Rùa
Đáp được, đó chịu thua chưa ?
Lựa chăn mô đắp cho vừa thì mua.
Không chịu, người con trai lại trổ mòi lái xạo bắt từ ý câu đáp của nữ:
Anh hỏi lại em rằng sao người ta bảo là con Công ngủ?

Em mô đáp đặng anh đem võng dù anh đón đưa

…

Tại phố cổ Hội An vào định kỳ đêm 14 âm lịch hàng tháng, khi tái hiện Đêm Phố cổ và vào những dịp lễ hội, trong các chương trình Phố đêm, hát hò khoan là nội dung thường xuyên được thực hiện trên thuyền nơi bến sông Hoài do các nghệ nhân Đội Hò khoan ứng đáp đảm trách. Hội An cũng đã phát động Liên hoan Hát Hò khoan hằng năm để phát hiện và nuôi dưỡng phong trào. Kết quả thật thú vị khi hiện nay nghe lớp trẻ thể hiện hát hò khoan. Người xưa bảo "Sinh nghề, tử nghiệp", nên đã mê hát hò khoan nó như có con ma luôn "ám ảnh". Nhiều khi mãi mê đối đáp đến khi trời hừng đông mới chịu tan hội, lại còn dùng dằng luyến tiếc, họ bùi ngùi chia tay và hẹn ngày gặp lại.

Hát xa, hát hẹn:
Nát lòng đôi ngã phân ly
Bạn về xứ bạn, thiếp quy xứ mình
Chừ đây bóng nọ xa hình
Hội ni sơ ngộ, ta hẹn mình ngày sau
Biển trời non nước gặp nhau
Với điệu hò khoan lưu luyến biết bao nghĩa tình
Kiểng xa hồ, hồ khô kiểng héo
Lựu xa đào, lựu ngã, đào nghiêng
Gặp nhau chưa đặng một phiên
Chừ đây cách mặt biết ai phiền hơn ai
Cứ trông rồi mốt, rồi mai
Thuyền kia, bến nọ láng lai tâm tình…

Hiện nay, tại Hội An so với Bài chòi thì hò khoan còn hoạt động rất nhiều nơi tại các miền quê nhưng những nghệ nhân giỏi giang ngày một vắng bóng, mà không có lớp kế thừa xứng đáng là điều đáng để cho các nhà hoạch định chiến lược Văn hoá văn nghệ dân gian trăn trở để tìm hướng đi, giải pháp thích hợp, như có thể đề nghị ngành giáo dục đưa vào nhà trường bằng các chương trình ngoại khóa... Theo một số nghệ nhân cao tuổi thì khả năng nhạy bén trong ứng đáp (kiến tại, bắt quờ…) của lớp trẻ kém dần, tính ganh đua cần có để thể hiện, chứng tỏ bản lĩnh trong lĩnh vực này chưa cao. Có quá nhiều loại hình giải trí mới do công nghệ thông tin đem lại, hấp dẫn hơn nên người dân, nhất là lớp trẻ chưa thiết tha với hát hò khoan. Mặt khác, yếu tố hát xạo cần phải được vực dậy để làm tăng tính hấp dẫn lên.

Mùa xuân, trong không khí trời đất giao hoà, lòng người cũng rộn rã cùng quê hương, đất nước mở hội đón xuân. Cùng các lễ hội diễn ra tại đô thị cổ Hội An, các loại hình văn nghệ dân gian như: Hát bả trạo, hát/ hô bài chòi, hò khoan,… sẽ góp phần cho những ngày lễ hội mang màu sắc văn hóa truyền thống và qua đó góp phần vào sự thành công tốt đẹp cho các lễ hội, bởi mỗi loại đều có một bản sắc riêng cùng hội tụ và lan toả trên vùng đất di sản. Hò khoan có một sức sống xuân qua những câu hò dân dã, mang đầy chất trí tuệ, hóm hĩnh, vui tươi, sinh động, sẽ xứng đáng có chỗ đứng trang trọng và bền chặt trong lòng công chúng, trong không gian văn hoá dân gian Quảng Nam nói chung và Hội An nói riêng, đóng góp vào kho tàng tinh hoa văn hóa của dân tộc.

HUỲNH VIẾT TƯ

BẠCH XUÂN PHẺ
NHỮNG CON ĐƯỜNG ĐƯA ĐẾN AN NHIÊN

01.
Tinh mơ bóng hạc lẻ loi
Sương mềm cánh mỏng trăng soi giữa đồng
Nắng vàng giữa cõi phù không

02.
Thu vàng hồ vắng mênh mông
Còn không dòng nước bến sông đợi chờ

03.
Gần nhau mà vẫn xa nhau
Mộng gì ảo ảnh ngàn sau lệ tràn
Ai ôm bao nỗi ngổn ngang

04.
Lá xanh rơi vội về đâu
Con chim đang hót giọt sầu nhân gian
Lệ tuôn ghềnh thác hai hàng

05.
Nhìn hồ sâu tĩnh lặng
Bóng trăng gầy thanh tao
Ôm trăng mà chẳng đặng
Mộng nào càng hư hao

06.
Lòng đêm sâu và kín
Bóng vô thường đang loang
Đêm dài bao nhiêu mói
Nợ tình còn sắt son

07.
Ôm cái bóng vô thường
Hờn để biết còn thương
Nước, mây, sóng hay gió
Yêu chi đến đoạn trường

08.
Hướng dương lay nhẹ ru tình
Nhân duyên mầu nhiệm bóng hình nhân gian
Gió lay hương toả nhẹ lan

09.
Thân này tinh thể chẻ đôi
Trần gian mộng mị nước trôi theo dòng
Giác chơn bản thể mênh mông

10.
Mưa tuôn nước đọng khắp lối đi
Hồng tím trong ta tuổi dậy thì
Bụi trần còn vướng thêm sầu mộng
Thành cát ngai vàng cũng thịnh suy

11.
Áo cũ thơm mùi sữa
Ngập tràn mối tình xưa
Thương nhau cho lắm sao vừa
Em ơi, xin lỗi --
Dạ thưa mộng dài…
Ta còn có những ngày mai !

12.
Bàn tay lạnh
Thân nóng rang
Chạm nhau sinh tử
Muôn ngàn hợp tan.

13.
Nắng lên trên cõi mênh mông
Tiếng như thác đỗ sông dài ngân xa
Bạch hạc nhẹ cánh bay qua

14.
Thiên nhiên là khúc ái ân
Tĩnh tâm lặng chiếu trong ngần tình ta

15.
Lá vàng phủ kín Thu sa
Vạt sương óng ả quanh ta phút này
Ở đây
hiện tại
lành thay

16.
Thu ngàn vàng lá nắng loang
Hạt sương lóng lánh vỡ toang vô thường

17.
Gần Thầy, gần Phật tĩnh tâm
Trần gian thường định trúc lâm thanh bình.
Giác nghiêm trăng sáng lung linh

BẠCH XUÂN PHẺ

QUẢNG XUÂN
KẺ RỜI GA

Chỉ một thoáng không gian vào cô đọng
Tâm bình yên hơi thở tâm bình yên
Mỗi mình tôi và cái bóng của tôi
Đêm tịch lặng thế giới đều im lặng

Nghe vô thường đang rụng giữa hư không
Nghe danh sắc đang trôi vào dĩ vãng
Tàu thời gian có bao giờ dừng lại ?
Kẻ rời ga …gửi lại …chút ân tình.

June 26th 2025

MỘT ĐÓA MAI

Xuân về hoa nở lá xôn xao
Vẳng tiếng chim ca điệu ngọt ngào
Trong mái nhà êm đời vẫn đẹp
Nghe từng nhịp thở vút thanh tao

Thoảng gió đưa từ đâu vọng lại
Gợi tình lữ thứ bước khoan thai
Ngẫm lại đời vui nào có mấy
Yêu thương hoàng sáng buổi ban mai

Thủa ấy em tôi dáng trang đài
Tim yêu nhảy nhót chốn thiên thai
Bây chừ dáng ấy…mờ sương khói
Nhưng vẫn lòng tôi …một đóa mai .

QUẢNG XUÂN
June 22th 2025

HỒ XOA
Chỉ là chiều

Chiều đã muộn như đời ta vậy
Đã trễ rồi hỡi những nụ hôn
Con chim khách đợi ai trên nhánh tre buồn

Mùa hạ chán chường, mây rủ nhau mưa
Ướt hết mấy nụ cười môi lạ
Thu hãy còn vời vợi xa

Thành phố mênh mông hơn
Càng thấy ngày lỡ hẹn
Những hàng cây vẫy chào tóc xanh

Chỉ là chiều như bài tango chưa kịp hát
Người nghệ sĩ đi rồi
Sao ta giữ hoài nốt nhạc mồ côi

HỒ XOA

TRẦN DANH THÙY
NHỮNG THANH ÂM "TIỀN KIẾP"…

Theo thuyết luân hồi của đạo Phật, tiền kiếp là kiếp trước. Cố nhiên, của ai đó.

Đã có những tài liệu trên không gian mạng, công khai bàn luận về việc có hay không có tiền kiếp. Hoặc tại sao có người biết được kiếp trước của mình. Hoặc có người có thể nhớ hoặc kể lại những gì thuộc về tiền kiếp của mình một cách rõ ràng… Và, như một 'trường học' về luân lý và đạo đức, người ta đã dùng khái niệm "tiền kiếp" để giải thích và qua đó, giáo dục chúng ta về kiếp trước, kiếp này và kiếp sau. Từ đó, hướng chúng ta về một lối sống ở hiền-gặp lành; tu thân-tích đức, nên làm việc thiện, tránh làm điều ác… Và, ngày nào khoa học chưa thể 'lý giải' được khái niệm "tiền kiếp", ngày đó khái niệm này còn 'ngự trị' trong niềm tin của nhân thế và khiến người ta có lối sống tích cực và tốt đẹp hơn.

Trong âm nhạc, thảng hoặc, đã có những ca từ thể hiện khái niệm này.

Cuối năm 1949, anh bộ đội Nguyễn Văn Tý trong một dịp đến chơi nhà bạn, đã gặp và yêu ngay Hằng, em gái thứ hai của bạn. Về lại đơn vị, ngay trong đêm hôm đó, anh đã sáng tác xong tuyệt phẩm đầu tay, Dư âm, trong đó có đoạn:

"Hẹn em từ muôn kiếp trước,
Nhớ em, mấy thuở bạc đầu,
Anh đã âu sầu vì đường tơ vương vấn
Em để cung đàn đưa anh về đâu?..."

Vào đầu thập niên 50 của thế kỷ trước, "tiền kiếp" có thể chỉ là một ý niệm đẹp nhưng xa vời của anh vệ quốc quân Nguyễn Văn Tý. Có thể đó mới chỉ là một ý tưởng manh nha, một ý tưởng nghệ thuật thể hiện tình cảm của người nhạc sĩ với người con gái ông yêu: một mối tình trong sáng nhưng vô vọng.

Cuối thập niên 1940, từ một mối tình éo le, ngang trái ở tuổi chưa đến đôi mươi, Minh Đức Hoài Trinh đã sáng tác Kiếp nào có yêu nhau:

"Kiếp nào có yêu nhau
Nhớ tìm khi chưa nở
Hoa xanh tận nghìn sau
Tình xanh không lo sợ
Lệ nhoà trên gối trắng
Anh đâu, anh đâu rồi
Rượu yêu nồng cay đắng
Sao cạn mình em thôi"

Tứ thơ là một tiếng kêu thảng thốt khi biết rằng người yêu đã bỗng dưng biến mất, tình yêu bỗng dưng không còn tồn tại trên thế gian. Nhưng bù lại, bài thơ đã làm nên tên tuổi của nàng,

Và đến giữa thập niên 1960, cố nhạc sĩ tài danh Phạm Duy đã phổ thi phẩm này thành một tuyệt tác:

"Kiếp nào có yêu nhau
Thì xin tìm đến mai sau
Hoa xanh khi chưa nở
Tình xanh khi chưa lo sợ
Bao giờ có yêu nhau
Thì xin gạt hết thương đau
Anh đâu anh đâu rồi?
Anh đâu anh đâu rồi?"

Nếu đoạn thơ thể hiện niềm tuyệt vọng vì một mối tình bị gãy vỡ, thì trong sự tư vấn, của cả thi sĩ lẫn nhạc sĩ, đoạn nhạc lại cho thấy người thiếu nữ vẫn hi vọng mối tình sẽ xanh tươi, đẹp đẽ ở một kiếp sau.

Trong Tạ tình, người yêu nhạc cũng như nhác thấy cố nhạc sĩ Hoàng Thi Thơ 'để cập' đến ý tưởng tiền kiếp khi ông viết về mối tình ảo mộng của một thiếu nữ. Ảo mộng vì tâm hồn cứ hướng về một 'tình hồng' không biết 'từ kiếp nào' trong cõi yêu đương:

"Từ kiếp nào ta ngỡ bơ vơ
Người ân tình sao nỡ xa ta
Từ kiếp nào tình nỡ tình sầu
Và lòng thì ngỡ lòng buồn
Lòng ngỡ lòng buồn vì lòng tìm mãi tình hồng
Tìm mãi tình hồng mà tình thì mãi mịt mùng..."

Và khi đến Rừng xưa đã khép vào cuối thập niên 60, thì ý niệm "tiền kiếp" của nhạc Trịnh Công Sơn đã mang tính chủ thể và đối tượng:

"Ta thấy em trong tiền kiếp với cọng buồn cỏ khô
Ta thấy em đang ngồi khóc khi rừng chiều đổ mưa
Rừng thu lá úa em vẫn chưa về
Rừng đông cuốn gió em đứng bơ vơ

Ta thấy em trong tiền kiếp với mặt trời lẻ loi
Ta thấy em đang ngồi hát khi rừng về nhiều mây
Rừng thu thay lá mưa bay buồn rầu
Rừng đông buốt giá mưa bay dạt dào..."

Ca từ như một bức tranh ấn tượng và lập thể, tuy vẫn mang tính văn chương, nghệ thuật nhưng có thể đã thể hiện rõ nét hơn phần nào quan điểm nhân sinh của một nhạc sĩ tài hoa... Ở đây, người nghệ sĩ/nhạc sĩ như nhận thức/cảm nhận được "tiền kiếp" của người mình yêu với những hình ảnh và hành động sinh động của đối tượng sáng tác: nàng khóc, nàng hát... trong một cõi đời nào ở kiếp trước.

Như vậy, những ý tưởng, ý niệm hoặc khái niệm về "tiền kiếp" tuy còn rất mơ hồ và xa vời trong đời sống thực lại là những thanh âm tuyệt vời trong những tình khúc trữ tình, lãng mạn quyến rũ tâm hồn con người. Thế nhưng, trong những tình khúc vượt thời gian trong lòng người yêu nhạc muôn phương ấy, "tiền kiếp" vẫn là những thanh âm nghê thuật và có khi mãi mãi là những thanh âm nghệ thuật, góp phần làm đẹp lòng người, làm đẹp cuộc đời...

TRẦN DANH THÙY

TÔN NỮ MỸ HẠNH
NƠI TÌNH YÊU BẮT ĐẦU

Đi là để trở về
Dẫu muôn trùng dâu bể
Dòng sông đời lặng lẽ
Chảy suốt bến bờ tôi.

Ngủ dưới ánh mặt trời
Với tôi là quá đủ
Bờ môi người thiếu nữ
Níu bốn mùa đang trôi.

Nhìn chiếc lá vàng rơi
Cội nguồn đâu mê mải
Khi người chưa trở lại
Trong tận cùng cô đơn.

Hạnh phúc thật bình thường
Khó khăn tìm bắt được
Đâu dòng sông bến nước
Bao giờ anh nhận ra

Khói lam một chiều xa
Con đường thênh thang gió
Con đường hương hoa cỏ
Nhuộm sắc vàng nhớ nhau

Nơi tình yêu bắt đầu
Đã gập ghềnh dông tố
Tôi về qua phố nhỏ
Nhớ mãi một mùa hoa.

TÔN NỮ MỸ HẠNH

LÂM BĂNG PHƯƠNG
TẠ TỪ

Chớp mắt
hạ đã rời xa
Nắng vàng bươn bả
trườn qua chân ngày
Cho mưa rào
lất phất bay
Chạm vào kỷ niệm
trật trầy dấu xưa.

Giơ tay
hứng giọt nhặt thưa
Mà đong nỗi nhớ
vặn vừa nỗi đau
Muộn chiều
khuất bóng hàng cau
Chỉ còn
vài chiếc
lá trầu xác xơ.

Thời gian
sao cứ hững hờ
Để mùa hạ cuối
lững lờ nhẹ trôi
Bỏ sau lưng
bóng một người
Đòng đưa khúc hạ
vỡ đôi… tạ từ.

LÂM BĂNG PHƯƠNG

Tản văn

MINH NGUYỄN

QUA MIỀN TRUNG DU

(Gửi tặng các cháu Huệ, Nghĩa, Trung, VT)

"Quê em miền trung du
Đồng suối lúa xanh rờn
Giặc tràn lên thôn xóm
Dâu bờ xanh thắm
Nong tầm chín lúa tơ
Không tay người chăm bón . . . " (*)

Giọng cô ca sĩ trên màn ảnh nhỏ vừa dứt ở đoạn đầu nhạc phẩm, Mây chợt ghé miệng sát tai tôi hỏi:

- Trung du ở đâu anh biết không?

Thoạt nghe Mây hỏi, tôi không sao giấu được sự ngạc nhiên, bởi cách đây hơn chục năm, tôi cũng đã từng hỏi chính tội câu hỏi "Trung du thuộc vùng miền nào của đất nước ta?".

May sao, khoảng chừng tuần lễ, tôi được ông anh ở Việt Trì mời ra tham dự lễ hội đền Hùng, Đây là một lễ hội mang tính quốc gia, được Unesco công nhận là di sản văn hoá phi vật thể, tổ chức hàng năm vào ngày mùng mười tháng ba âm lịch, tại quần thể khu di tích đền thờ các vua Hùng ở thôn Cổ tích, xã Hy Cương, tỉnh Phú Thọ. Đây là lễ hội mang tính quốc gia, được tổ chức Unessco công nhận là di sản văn hoá phi vật thể, nhằm tôn vinh, tưởng nhớ, công lao dựng nước và giữ nước của các vị vua đầu tiên nước Việt.

Do đó, trước chuyến đi, tôi cẩn thận lên mạng tra cứu một số thông tin liên quan tới tỉnh Phú Thọ; tình cờ, thấy định nghĩa "trung du là vùng có địa lý nằm giữa thượng du hạ du của một con sông, có địa hình đồi núi thấp xen kẻ đồng bằng nhỏ hẹp, bao gồm các tỉnh Phú Thọ, Thái Nguyên, Vĩnh Phúc, Bắc Giang" (**). Tuy nhiên, theo tài liệu hiện nay cho biết, không có định nghĩa cụ thể nào về các tỉnh thuộc vùng trung du Bắc Bộ cả, mà thường dùng cụm từ "trung du và miền núi Bắc Bộ", để chỉ Điện Biên, Lai Châu, Sơn La, Hoà Bình, Lào Cai, Yên Bái, Phú Thọ, Hà Giang, Tuyên Quang, Cao Bằng, Lạng Sơn, Bắc Cạn, Thái Nguyên, Bắc Giang, Quảng Ninh.

Nhờ biết trước điều đó, tôi tự tin trả lời Mây:

- Hiện nay cụm từ "trung du và miền núi Bắc Bộ" dùng để chỉ 15 tỉnh Điện Biên, Lai Châu, Sơn La, Hoà Bình, Loà Cai, Yên Bái, Phú Thọ, Hà Giang, Tuyên Quang, Cao Bằng, Lạng Sơn, Bắc Cạn, Thái Nguyên, Bắc Giang, Quảng Ninh, chứ không giới hạn các tỉnh Thái Nguyên, Phú Thọ, Vĩnh Phúc, Bắc Giang, như trước kia.

Đột nhiên Mây hỏi:

- Có phải trước đây anh từng đến Phú Thọ?

- Lần đó anh được mời ra dự lễ đến Hùng, nơi được xem là kinh đô đầu tiên của dân tộc Việt, là quê hương dất Tổ vua Hùng; tiên thể, khám phá luôn Việt Trì, đô thị trung tâm của vùng trung du, hay có tên "Thành Phố Ngã Ba Sông", do có địa hình chuyển tiếp từ vùng đồi núi sang đồng bằng, mà đỉnh của nó là hợp lưu ba con sông Thao, sông Lô, sông Đà..

- Từ trong Nam muốn đến Phú Thọ thì đi bằng cách nảo?

- Em phải có mặt ở Hà Nội trước đã, kế đó ra Mỹ Đình đón xe khách lên Việt Trì hoặc ngồi nhà tự đặt xe "ghép" bằng điện thoại..

Trố mắt ngạc nhiên Mây hỏi::

- Xe ghép là xe gì?

- Là "xe đi chung", "xe đi tiện chuyến", do cá nhân dùng xe riêng của mình tự gom bắt khách.

- Chi phí khác với xe khách ra sao?

- Dĩ nhiên mắc hơn xe khách, bù lại được đưa đón tận cửa.

- Trong Sài Gòn chưa thấy có loại hình này.

- Mới đây anh thấy có quảng cáo trên mạng.

- Nghe nói đường xá phía Bắc hẹp và xấu?

- Từ khi có cao tốc Nội Bài - Lào Cai, việc di chuyển giữa Hà Nội và Việt Trì nhanh hơn cả tiếng.

- Phong cảnh chắc đẹp?

Không chút do dự tôi trả lời ngay:

- Có thực mới vực được đạo, với con người thích xê dịch như em, nên đi Phú Thọ một lần cho biết.

- Mất bao lâu mới đi hết Phú Thọ?

- Tuần tới anh có việc phải ra Hà Nội, nếu muốn em có thể bay cùng anh?

Vậy là, đầu tuần sau, tôi và Mây đã có mặt tại Hà Nội.

Vội giải quyết dăm ba công việc cá nhân xong, tôi đặt xe đi Việt Trì cùng Mây với giá một trăm hai mươi ngàn người, đưa đón tai khách sạn.

Đến nơi, tranh thủ chỉ có thời gian chưa đến hai ngày để khám phá, tôi mượn xe mấy đứa cháu; thay vì, đi Bản Cỏi thăm người Dao Tiền; thăm suối khoáng Thanh Thuỷ, thác Mây, Đầm Vân Hội. . . tôi đưa Mây chạy thẳng đến xã Quảng Yên, nơi mệnh danh là xứ cọ của vùng trung du Bắc Bộ.

Trong lúc, khám phá những cánh đồng cọ còn sót lại hiếm hoi, Mây cao hứng hát khe khẻ trên vai tôi::

"Hương rừng thơm đồi vắng.
Nước suối trong thầm thì.
Cọ xoè ô che nắng
Râm mát đường em đi" (***)

Cứ thế, chúng tôi đi lang thang dưới những tán cọ xanh mướt, nghiệng nghiêng xoè ô che nắng, tận hưởng vẻ đẹp thanh bình nơi miền quê hiền hoà. Vô tình, bắt gặp đây đó trên đường thăm viếng, vô số cành cọ dựa tường phơi nắng. Hỏi ra mới biết, đó là các thân lá cọ, ngoài việc lợp nhà, lọc khí, lọc bụi, làm cảnh, xua đuổi muỗi, xua đuổi các loại côn trùng. nguyên vật liệu làm ra các sản phẩm thủ công như: chổi cọ, quạt cọ, mành cọ.

. Đang vui, tự dưng cảm thấy bụng đói cồn cào, khi đi ngang qua các cửa hàng ăn bốc mùi thơm nghi ngút, tôi liền rủ Mây ghé vào thưởng thức các món ăn đặc trưng nổi tiếng chỉ có bở xứ cọ như: cọ ỏm, bún cọ, nộm bình cọ, đuông cọ, xôi cọ, cơm gói lá cọ . . . ngọt bùi, béo ngậy.

Xong xuôi, tôi lên xe chở tiêp Mây đến huyện Tân Sơn gần đó, khám phá "Ốc đảo chè Long Cốc".

Từ xa, đã thấy hiện ra trên nền trời, hàng trăm đồi chè

mờ ảo; đặc biệt, mỗi đồi chè có diện tícch lên đến vài hecta, uốn lượn, nhấp nhô, xen kẻ, nối tiếp, trải dài, xanh mướt, tới tận chân trời.

Woa! Từ trên cao nhìn xuống quần thể ốc đảo chè Long Cốc, Mây một tay ôm cánh tay tôi, tay còn lại chỉ xuống bên dưới:

- Anh nhìn kìa, trông chúng giống như những chiếc bat úp khổng lồ anh nhỉ?.

Nhìn theo hướng chỉ tay của Mây, tôi chứng kiến hình ảnh những ngọn "núi đôi" đẹp đến mê hồn, đã thế còn nghe kể, vào thời gian chuyển mùa từ thu sang đông, toàn bộ ốc đảo chè Long Cốc quyện lấy nhau trong nắng mai lẫn sương mù, vẽ nên bức tranh thiên nhiên vô cùng huyền ảo. Chẳng vì thê, nhiều người đã không tiếc lời ca ngợi đây là "chốn bồng lai tiên cảnh", là "Hạ Long trên cạn đất Tổ", là "thiên đường săn mây".

Tôi nói:

- Có lẽ, nhờ những cảnh sắc tuyệt vời ấy, đồi chè Long Cốc được đánh giá đẹp nhất VN, so với các đồi chè đã đẹp ở Lâm Đồng, Thái Nguyện, hay đẹp hơn nữa đối với đồi chè hình trái tim ở nông trường Mộc Châu.

- Tiếc thật!

- Tiếc chi?

- Tiếc vì không được đi vào những lúc như thế.

Chiều đến, trên đường về lại thành phố Việt Trì, nhân lúc bầu trời hãy còn hửng nắng, tôi tranh thủ ghé lại bờ sông Lô, xã Hùng Lô, khám phá quần thể di tích lịch sử văn hoá làng cổ Hùng Lô.

Tương truyền, trong một lần vua Hùng, công chúa và các quần thần đi du ngoạn, săn bắn; tình cờ, nhìn thây phong cảnh nơi đây xinh đẹp, cây cối tốt tươi, lai có khí thiêng bốc lên từ trong đất, bèn truyền cho mọi người dừng chân nghỉ ngoi.

Sau này, tưởng nhớ nhà vua, dân làng cho xây ngôi đình Hùng Lô hay đình Xốm, để tượng trung cho tín ngưỡng thờ cúng thời Hùng Vương, trên khu đất rộng 5000 mét vuông, bao gồm 5 gian Tiên Tế, Phương đình, lầu chuông, lầu trống, toà Đại đình; tất cả, được làm từ gỗ quí, đinh, lim, sến, táu . . .

Hàng năm, cứ đến ngày mùng 9 tháng 3 âm lịch, dân địa phương lại tổ chức lễ rước kiệu hoành tráng từ đình về đền Hùng kèm theo trình diễn hát Xoan, di sản văn hoá phi vật thể quý giá chỉ có ở Phú Thọ.

Tối về, tưởng sẽ được nghỉ ngơi sớm, nhưng mấy đứa cháu sửa soạn hẵn chuyến " Việt Trì by night", bắt tôi và Mây tham dự cho bằng được Thế là, bọn cháu xúm vô, đẩy chúng tôi ra xe, chạy một vòng quanh thành phố ngắm tận mắt sinh hoạt Việt Trì về đêm, lung linh qua vô vàn ánh đèn led lộng lẫy, trước khi ghé công viên Văn Lang cho chúng tôi thăm thú. Được biết nơi đây tập trung nhiều biểu tượng truyền thống thời Hùng Vương như: khu du lịch văn hoá Hùng Vương, khu tượng mẹ Âu Cơ, khu phác thảo 52 dân tộc anh em bằng gốm; khu cung điên Lạc Long Quân, khu Sơn Tinh - Thuỷ Tinh, khu biểu diễn nghệ thuật hát Xoan, khu trò chơi dân gian, đảo Mai An Tiêm, đảo Tiên Dung, cầu đi bộ hay còn gọi cầu kén rể, hay cầu tình yêu, tháp 7 tầng (lấy cảm hứng từ truyền thuyết vua Hùng dựng lều kén rể).

Bất chợt, đang đi trên trên cầu tinh yêu, Mây hỏi:

- Sao cầu này có tên là cầu tình yêu?

Có tiếng ai đó trong mấy đứa cháu đáp:

- Vì ở đây cho phép các cặp đôi thể hiện tình yêu bằng cách gắn những ổ khoá dọc theo hai bên hành lang cầu..

Nghe các cháu trả lời thế, Mây bối rối nhìn tôi không nói gì.

Để kết thúc Việt Trì by night, bọn cháu đưa chúng tôi sang khu chợ đêm Nguyễn Du đi dạo, sau đó ghé về phố ẩm thực Tiên Dung làm một chầu ăn uống nmo nê, trước khi đồng hồ chỉ 23 giờ mới về tới nhà.

Sáng ra, tranh thủ thời gian còn lại chỉ vài giờ ở Việt Trì, tôi cùng Mây thức dậy sớm đi ra quảng trường Hùng Vương, toạ lạc giữa một đầu là khách sạn Mường Thanh, đầu còn lại là Vincon Plaza, cách nhà chỉ vài trăm bước chân. Nghe nói, quảng trường thuộc vào loại lớn nhất - nhì nước ta, có diện tích rộng 80.000 mét vuông, riêng mặt sân đã chiếm đến 40000 mét vuông; tất cả được lát bằng đá thiên nhiên, xung quanh trồng thêm nhiều cây xanh tạo bóng mát; đồng thời tăng thêm tính mỹ quan cho công trình.

Chào tạm biệt khu quảng trường, tôi đưa Mây ghé chợ Nú, hay chợ Lú (đọc trại từ chữ lúa - do xưa kia nơi này đã biết làm ruộng nước), toạ lạc tại khu Minh Bột, phường Minh Nông.

Theo tài liệu xưa để lại, chợ Nú có từ thời các vua Hùng dựng nước Văn Lang. Ở chợ, người ta gặp mặt, trao đổi nhau các sản phẩm do mình tự làm ra. Nhưng càng về sau, sự tiến bộ của thời đại cùng với sự ra đời của tiền tệ thì, chợ trở thành nơi mua bán hàng hoá hơn là trao đổi. Dù vậy, trải qua biệt bao thăng trầm lịch sử, cho đến hôm nay, chợ Nú vẫn giữ nguyên vẻ hồn cốt của một ngôi chợ quê truyền thống, lưu giữ nét văn hoá chân quê.

Vì thế, ngày nay người ta đặt chân đến chợ Nú, trước là để tìm lại chút dư âm của quá khứ, của kỷ niệm, qua việc được nhìn tận mắt các thứ mộc mạc, quê mùa ngày xưa như: rau củ vườn nhà, vịt, ngang, gà qué, trứng, xôi, chè, ngô, khoai, bánh chưng, bánh đúc, bánh cam, bánh cuốn, bánh đa, mắm tôm, mắm cái. . . thích ăn món gì thì mua về hoặc ngồi xuống ăn tại chỗ thoải mái.

Chớp mắt, sắp đến giờ hẹn xe đón về Hà Nội, tôi nói với Mây:.

- Quay về về thôi em.
- Hết giờ hả anh?.
- Em xem còn quên gì không..

Mây đùa:

- Tiếc là chưa tìm được anh người yêu nào ở Viêt Trì.

Cuối ngày, chuyến bay Hà Nội - Sài Gòn, cũng đã kịp thời đáp xuống phi trường Tân Sơn Nhứt an toàn, kết thúc chuyến đi khám phá Việt Trì - Phú Thọ của tôi và Mây./.

(*) Nhac và lời của Nguyễn Đức Toàn

(**) Sách giáo khoa lớp 4 cũ

(***) Đi Học: Thơ Hoàng Minh, nhạc Bùi Đình Thảo.

MINH NGUYỄN

NGUYỄN AN BÌNH
KHÚC BIẾN TẤU ĐÊM MƯA SÀI GÒN

Cơn mưa đầu mùa đêm nay bỗng nhiên chuyển dạ
trong âm vang tia chớp giật liên hồi
tiếng rao đêm ẩm ướt kéo dài trên đường vắng
cột đèn đứng yên giống người đàn ông cô độc
hắt bóng đợi chờ
vũ điệu mưa chợt xôn xao
dội vào ô cửa kính màu kem đầy bụi
vô tình gõ lên bàn phím
từng ký tự vẽ thành giấc mơ kỳ ảo phù phiếm
gởi vào không gian thiếu bóng trăng
lọt giữa các thiên hà không dấu hiệu khứ hồi
sẽ không có người khách lạ nào ghé thăm
đêm nay nhiều con đường sẽ mang đi
lá vàng lẫn với lá xanh
đồng hành đi về nơi vô định
mưa muốn nói cùng ta điều gì em có biết?
*
Ngày mai trời sẽ hửng nắng thôi em
Sài Gòn dòng xe vẫn trôi dài tập nập
khẩu trang che kín mặt mọi người
ẩn giấu mối hiểm nguy thầm lặng
từ bầu không khí ô nhiễm mấy ngôn từ rất lạ
không ai muốn nói ra
không ai muốn kiểm soát hình thể nó là vật gì
anh chỉ sợ một điều em chưa kịp nhận ra
một giọt lệ trong veo còn sót lại
trên chiếc lá vàng chưa kịp rụng
vừa tan vào hư không
cũng như anh không kịp nhận ra
một người quen từ nhiều năm về trước
vừa mất hút vào đám đông?

NGUYỄN AN BÌNH
CÓ MỘT NGÀY NẮNG BIẾC

Có một buổi sớm nào
Con đường tôi vừa đi ngang qua
Tình cờ nghe âm thanh gù của mấy chú bồ câu
Đậu trên khung cửa ngôi nhà xưa xưa cũ
Tôi chợt ngước nhìn lên tàng me xanh
Giữa một thành phố ồn ào náo nhiệt
Lấp lánh bầu trời trong không thể tưởng
Và ở đó
Tôi thấy một màu nắng biếc
Vời vợi xanh
Trong tiếng chuông ngân không gian buổi sáng
Từ gác chuông nhà thờ Đức Bà
Đang tiến hành thánh lễ
Hôm nay là một ngày chủ nhật.

Có một buổi sáng nào
Người con gái đi trên vĩa hè
Mắt mãi mê nhìn phố xá đông vui
Cảm thấy thân quen giữa đám đông xa lạ
Bầu trời thật cao rộng
Ở góc bưu điện thành phố
Một nhóm bạn trẻ đang ngồi hí hoáy
Phác họa bức tranh về ngôi nhà cổ
Vẫn còn hiện hữu dù thời gian có biến thiên
Cho bài thực tập không tên của mình

Tôi chợt nhận ra
Thành phố có một ngày nắng biếc
Cho tất cả mọi người
Và cho tất cả những ai
Yêu
Sài Gòn
Hôm nay.
NGUYỄN AN BÌNH

NGUYỄN HỒNG LINH

SÀI GÒN TÌNH HẠ

Sài Gòn… em đi, anh có buồn không?
Có sáng cà phê góc phố đợi trông
Có chiều mưa giăng rơi rơi hạt nhớ
Ướt cả lối về đọng lại ước mong

Tháng Bảy xa người trời đổ mưa ngâu
Lệ tuôn đưa tiễn chênh chao nỗi sầu
Nghiêng bờ vai nhỏ tình gầy mê mải
Hạ trắng u hoài phượng thắp men sâu

Chạm giấc mơ đầu thoảng nghe hương bay
Mật ngữ tình yêu trong ta lấp đầy
Đêm ru mùa hạ ngào ngạt tung vỡ
Mắt huyền xao xuyến tình ủ trăng say

Sài Gòn dỗi hờn thiếu vắng vòng tay
Con đường tình nhân rộn rã tháng ngày
Thiếu nụ hôn nồng, người còn có nhớ?
Em đi rồi đường vắng lá me bay…

NGUYỄN HỒNG LINH

TRUNG CHINH HO
XI.dăm câu thơ phú từ muôn dặm

thành thất ngôn rời với bạn tôi

với htr LUÂN HOÁN

đối ẩm đêm. "rượu hồng đã rót"
đường "thanh thi" "ngơ ngác cõi người"
"nỗi nhớ quê nhà" thân kiêu bạc
một thuở "trôi sông" cũng ngậm ngùi.

với htr HÀ NGUYÊN DU

người tiễn đưa người qua "lối khác"
"đêm hạ huyền" xưa, trăng thất thanh
lỡ làng "anh biết, em yêu dấu"
vẫn còn nhau "trong mùa lá xanh".

với NGUYỄN HỒNG LINH

gội lên chiều "tóc rơi phiến ngọc"
"vết bụi thời gian" "bờ tương tư"
"nước mắt đã khô trên dòng sông trắng"
"giấu nhớ vào anh" buổi tạ từ.

với HÀ VŨ GIANG CHÂU

dạo khúc miên trầm trong cõi thức
"điệu ru người tình không trái tim"
"từ khi ta yêu người" "tóc hạ"
"thời gian và tôi" cũng nổi chìm.

TRUNG CHINH HO
(VII.2025)

DŨNG NGUYÊN

BẮT GHEN

"Hai người phải theo tôi về nhà , đó là cách tốt nhất" – người vợ nói như ra lệnh. Tay trái bà ghì chặt mái tóc cô gái độ tuổi 25 có gương mặt xinh xắn , nước da trắng hồng , dáng người thon thả hài hòa dể bắt mắt đàn ông . " Tôi muốn các con phải biết rõ bộ mặt thật về người bố như ông, một người mà chúng luôn kính trọng". Người vợ nói trong giận dữ, mặt bà đanh lại khiến cho nét đẹp quí phái của bà trở nên thô cứng . " Thôi mà em chuyện đâu phải to lớn như vậy. Em phải cho anh giải thích đừng để chuyện trở nên phức tạp không hay ho gì cho gia đình". Người chồng có mái tóc muối tiêu, gương mặt hốc hác lốm đốm tàn nhang , đôi mắt mệt mõi như người thường hay mất ngủ , vừa nói vừa gỡ tay người vợ đang cố kéo đầu cô gái xuống sàn xe du lịch đắc tiền . "Ông cố tình bênh nó , đánh tôi hả? Trời ơi ! – Bà la lớn lên rồi đổ sụp thân người ngã nghiêng ra phía cửa xe , hai chân duỗi ra kẹt vào chân phía trước.ghế phía trước . Mặt bà tái nhợt, người lạnh ngắt nhưng tay vẫn giữ chặt cô gái . Người chồng quýnh lên giục tài xế đưa vợ ông ra khỏi xe vì bà có tiền sử bệnh tim . Nhưng bà ta, với giọng thều thào nhất quyết không chịu .

Bà vợ " dẫn độ" ông chồng rời khỏi khu du lịch miền biển dưới sự "hộ tống" của một chiếc xe riêng , chiếc xe đã đưa bà thực hiện cuộc bắt ghen. Bà gọi điện thoại về nhà triệu tập con cái chờ bà về mở phiên họp "xử" ông chồng phản bội mà bà cay đắng chịu đựng bấy lâu. Trên xe, ông chồng ngồi bất động như tượng đá, không nói năng gì. Còn cô gái hoàn toàn bị khống chế. Ông không nói vì ông hiểu rất rõ vợ ông . Người đàn bà độc đoán và gia trưởng!. Giờ đây ông có giải thích thế nào cũng chỉ thêm dầu vào lửa , mọi việc càng rối bời thêm. Ông nghĩ, rồi đây các con của ông không biết sẽ nghĩ như thế nào! Chúng có đủ bình tỉnh và khôn ngoan cảm thông cho ông để giữ lấy một gia đình mà bao năm qua ông luôn vì nó phải chịu đựng với biết bao tủi nhục !.

Ông nghĩ, có lẽ đây là lần cuối cùng mà chén nước hạnh phúc tạm bợ, một thứ hạnh phúc giả tạo đang bị vợ ông hắt xuống đất với thái độ như là người đang chiến thắng và khôn ngoan. Ông cảm thấy chán chường quá . Nổi chán chường đang làm cho cơ thể ông suy sụp . Bệnh tháo đường hình như cũng theo đó tiêu hao dần sinh lực của ông ! Ông muốn chết quách ngay bây giờ cho rảnh nợ đời để khỏi thấy cảnh tan hoang sự nghiệp và gia đình trong những ngày tới. Ông cảm thấy thương hại và cả khiếp sợ người đàn bà đang ngồi bên cạnh ông đây. Người đã giết chết khát vọng sống của ông bằng những hành động ghen tương và hơn thiệt với chồng . Những gì mà vợ ông gây ra cho ông trước đây, dù đau đớn và làm ông hổ thẹn đến mấy ông cũng quên đi . Nhưng sao trong lúc này đây nó ồ ạt quay về trong hồi tưởng từng trường hợp một. Rồi bổng dưng những điều đó hình như tiếp sức cho ông mạnh mẽ hơn ,khơi dậy lòng căm hờn và phản kháng. Nó tiếp sức cho ông can đảm chấp nhận điều xấu nhất trong cuộc sống để được sống thực sự dù chỉ một ngày trong cuối đời ông.

Chiếc Lexus chạy với độ 80 cây số giờ mà bà vợ vẫn cứ thúc giục tài xế chạy nhanh hơn. Vì hơn lúc nào hết bà không muốn kéo dài thời gian nầy trên đường về sẽ làm nguôi dần lòng căn hận trong bà, nhất là thấy bộ dạng thảm hại của ông chồng phản bội sẽ làm cho bà có chút thương tâm. Có thể sẽ làm giảm đi tính quyết liệt trong kế hoạch mà bà đang xây dựng trong đầu. Dứt khoát bà không để mình bị xiêu lòng – bà tự nhủ. Giờ đây bà đã đạt được mục đích, trả được mối hận trong lòng bà đối với ông chồng trăng hoa gian dối đã làm bà phải chịu cô đơn lạnh lẽo trong nhiều năm qua. Bà hận ông, vì chính ông đã phá đi hạnh phúc gia đình, phá đi biết bao điều tốt đẹp khởi đầu từ tình yêu mà bà đã dành cho ông khi bà đang ở vào thời kỳ tươi đẹp nhất của đời con gái.

Ngày ấy . Bà là một cô giáo có nhiều triển vọng chính trị, đẹp và thông minh biết bao chàng trai theo đuổi. Vậy mà bà đã bỏ hết vì yêu ông, một người mà tiền đồ không mấy sáng sủa . Bà sống hết mình vì chồng con. Đó là những năm tháng vất vả nhất, bà phải làm việc 15 giờ một ngày . Bà không quan tâm gì đến bản thân mình đến nổi bạn bè phải nhắc nhở mỗi khi gặp mặt. Rồi chính một tay bà đã xây dựng nên cơ nghiệp kinh doanh đồ sộ cho gia đình và cũng chính từ đó chồng bà đã vươn lên đỉnh cao danh vọng .

Khi người đàn ông đạt được mục đích thì người phụ nữ là phương tiện phụ thuộc – bà nghĩ - Nó chỉ là một thứ trang trí cho cái bề ngoài hạnh phúc giả tạo , tô điểm một mái ấm mà người đàn ông danh giá nào cũng cần có . Bà hận ông là vì đi đâu ông cũng nói với mọi người rằng ông rất yêu bà. Mỗi lần có tiệc tùng của bạn bè, ông luôn âu yếm bà trước mặt mọi người . Những lần như thế bà cảm thấy ghê tởm nhưng gượng cười như mình đang hạnh phúc. Bạn bè nào ai có hiểu ! Có ai hiểu được giữa vợ chồng bà khi ở trong gia dình là hai vật thể sống không có tình yêu và thiếu cả tình người ! Bà cho rằng những gì bà đang làm đối với chồng bà là hoàn toàn đúng mà không một người bình thường nào có thể chê trách bà. Bà cũng tin rằng những đứa con bà, những đứa con mà bà đã bỏ nhiều công sức để giáo dục chúng theo cách sống của bà sẽ đứng về phía bà. Tất cả suy nghĩ đó đã giúp bà cảm thấy dể chịu hơn. Bà thả lỏng cơ thể và sửa lại thế ngồi. Chiếc xe lặng lẽ muộn phiền lao về phía trước .

***

Khi xe về đến nhà, bốn người con đã chờ sẵn . Người con trai lớn "áp tải" cô gái được xem là tang vật cho cuộc bắt ghen vào nhà. Cô ta vừa đi vừa cười, cố sửa lại mái tóc rối bời bằng năm ngón tay vuốt nhẹ hai bên và tỏ vẻ như không có gì xảy ra đối với cô. Một vài kẻ ăn người ở trong nhà lấp ló đứng xem. Họ nghĩ rằng, chắc cô gái ấy sẽ hổ thẹn lắm. Nhưng họ đâu biết rằng, khi mà sự hổ thẹn vượt tới mức độ tột cùng thì nó trở thành bình thường kỳ lạ. Hai người con gái dìu bà mẹ vào nhà , bà qụi xuống nghẹn ngào ôm lấy con bà ! Tất cả thể lực của bà giờ như cạn kiệt sau khi phải chịu đựng cú sốc quá lớn. Người bố vừa bước xuống xe , cô con gái út,đứa con đẹp nhất nhà mà ông yêu quý , giằng lấy tay ông .

- Bố ơi ! Bố không xấu hổ hay sao ? Bố đã lừa dối mẹ, lừa dối chúng con – cô bé bật khóc thành tiếng.

- Bố xin lỗi con, đừng khóc con ạ. Chuyện không phải vậy đâu con . Ông kéo đứa con vào lòng nhưng cô bé xô ông ra rồi bỏ chạy.

Ngay sau đó , cuộc họp gia đình được diễn ra trong căn phòng với đầy đủ tiện nghi nhưng mọi người cảm thấy chẳng thoải mái chút nào . Người chồng ngồi trên chiếc ghế bành bằng mây, cúi mặt chờ đợi người chủ trì tuyên bố lý do . Cô gái được xem là tội phạm ngồi với gương mặt bất cần, chẳng quan tâm những gì diễn ra chung quanh cô. Thỉnh thoảng cô mĩm cười vu vơ ẩn chứa một thái độ ngạo mạn . Người vợ hình như rất khó khăn mới mở được lời . Tay bà hơi run , bà cố bám chặt thành ghế và che dấu sự xúc động thực sự bên trong.

- Như các con đã thấy – bà cố gắng ra vẽ bình tỉnh mở lời – bố các con đã làm một việc tồi bại , dối vợ dối con phá tan sự bình an và hạnh phúc gia đình này . Bố con đang sống với người phụ nữ khác rồi – bà cố gắng chỉ vào cô gái ngồi bên . Quá xúc động bà úp mặt vào hai lòng bàn tay , đôi vai run run nghẹn ngào không nói thêm lời nào nữa .

Không khí trong phòng trở nên lạnh ngắt , chùng xuống lo âu ! Người con trai lớn không nói nữa lời , mắt đăm đăm nhìn lên bức hình của bố mẹ anh chụp chung treo trên tường với nụ cười tươi như ngày cưới. Bổng anh ta đập mạnh nắm tay xuống bàn làm mọi người giựt mình. Anh thở dài ! Im lặng . !

- Nầy cô kia – cô gái giựt mình – cô có biết cô lớn hơn tôi bao nhiêu tuổi không và nhỏ hơn chị thứ hai tôi bao nhiêu tuổi không ? Thế mà cô lại đi lấy bố tôi, người đáng tuổi bố, cô không biết nhục sao ? – cô gái út vừa nói và đứng lên muốn lao tới chổ cô gái được xem là “tội phạm”. Bố cô la lên :

Không được con ơi, không hẳn như thế đâu con !

Cô con gái quá xúc dộng mím chặt đôi môi run rẩy và mọi tức giận dồn lên đôi mắt cô đỏ hoe đượm đầy nước mắt . Rồi cô quay sang bố :

- Bố đi lấy một cô gái đáng tuổi con mình mà bố làm được sao bố ! Bố có còn xứng đáng để chúng con gọi tiếng bố nữa không ? Không lẽ hôm nay bố con đã chết rồi ! Thế rồi, ba cô con gái ào lên tức tưởi .

Im ngay, cái gì mà khóc – người con trai lên tiếng Bố à bố hãy tự xử như người đàn ông chân chính đi bố. Gia đình này hết chịu nổi rồi !

Để tránh um xùm tai tiếng – bà vợ lên tiếng – tốt nhất ông nên ký giấy giao hết tài sản lại cho các con rồi ông sống với người phụ nữ nào tùy thích và tôi cũng không muốn thấy ông có mặt trong gia đình nầy nữa – bà vợ phát biểu một cách gay gắt và liếc mắt sang các con bà như tìm sự đồng tình.

- Được rồi – ông chồng nói – tôi sẽ làm tất cả những gì mà mọi người muốn. Tôi đề nghị bốn ngày nữa chúng ta họp lại để hoàn tất thủ tục.

Bà vợ mĩm cười trong lòng và tưởng tượng đến ngày chồng bà ra đi mốt cách thảm não trước áp lực của các con bà .

***

Cuộc họp lần thứ hai của gia đình được ấn định vào một buổi tối. Trước đó bà vợ để ý từng cử chỉ của ông chồng .

Bà ngạc nhiên vì sau ngày cuộc họp đầu tiên ông đi làm về rất đúng giờ và giới hạn đi ăn cơm khách vào buổi tối như thường có. Xem ra ông còn tỉnh táo hơn trước . Ông dành thì giờ cười đùa với cháu nội nhiều hơn . Mỗi khi ở công ty về nhà là ông rút vào phòng và không tiếp xúc với ai. Thỉnh thoảng bà đi ngang qua phòng chỉ nghe văng vẳng tiếng nhạc. Hôm đó, đúng vào ngày ấn định cuộc họp, bà và các con tụ họp đầy đủ chờ ông về . Ông bước vào phòng trên tay cầm tờ giấy gấp đôi , ông không ngồi dù mọi người đếu ngồi, ông nói ngay :

- Xin mọi người đừng nói gì hết, cho tôi nói ít lời trước đã . Anh xin lỗi em – ông quay mặt nhìn vào vợ ông – bao nhiêu năm qua anh đã gây cho em biết bao buồn phiền . Và bố cũng xin lỗi các con – ông liếc mắt đến từng đứa con, nói tiếp : Bố không phải là người bố tốt, không mẫu mực và lý tưởng như các con nghĩ . Bố đã làm cho các con thất vọng.Nhân cuộc họp gia đình này – ông nhìn thẳng vào vợ ông – anh xin gửi em tờ đơn ly dị xin em hãy ký cho anh.

- Làm sao lại như thế bố , không thể…!

– các con ông đồng thanh la lên.

- Các con hãy để bố nói hết, Riêng về phần các con - giọng

ông rất nghiêm, nói tiếp: sau khi ra tòa , về phần tài sản được chia cho bố, bố sẽ để lại hết cho các con, nhưng các con chỉ được chia nhau khi bố mất.

Vì bố không muốn thấy sự tranh giành tài sản quyết định này phù hợp theo đòi hỏi của mẹ và cả con – có tiếng nhốn nháo từ mấy đứa con - ông đưa tay ra hiệu "im di" rồi ông nói tiếp . Bố biết nếu bố còn ở lại đây bố sẽ không sống nổi với sự tẻ nhạt của mọi người và nhất là sự xúc phạm của các con đối với người bố xấu xa nầy . Bây giờ đây bố phải tự giải thoát đời mình để khỏi vướng bận vào bất cứ ai , bất cứ người đàn bà nào cho đến ngày bố nhắm mắt . Xin mọi người đừng lo cho tôi . Rồi ông vội bước ra khỏi phòng bỏ lại bên sau tiếng gọi "bố ơi đừng đi bố ơi" cùngtiếng sụt sùi hối hận của các con ông .

Người vợ cầm lấy tờ đơn trên tay trong bàng hoàng như vừa trong cơn mộng . Bà không tin điều này lại xảy ra vì chồng bà rất sợ dư luận . Thế mà kết cục lại như thế này ! Bà cảm giác như có một cơn gió lạnh – đang len vào làm mắt môi bà run rẩy , môt sự suy sụp toàn thân mà bà không thể nào cưỡng nổi ! Giờ đây không còn "con tim chai cứng" và "lòng đã giá băng " mà bà từng tự hào với bè bạn. Bà có cảm giác mất hết rồi , mất tất cả ! Vì mục tiêu trả mối hận trong lòng bà đã mất hướng đi .Bà đang bắn viên đạn vào khoảng không tăm tối, tất cả biến bà thành người thua cuộc đáng thương ! Bà luôn tự hào là người cứng cỏi , nhưng giờ đây bà là người đàn bà yếu đuối – yếu đuối thực sự ! Bà khóc , khóc trong sự tủi hờn mà những giọt nước mắt ấy đang trêu chọc trên má bà , chê trách về sự mậu thuẩn YÊU và HẬN trong nội tâm bà. Vì trong lúc nầy đây, khi biết chồng bà đã quyết định bỏ đi thì bà mới nhận ra một cách rõ ràng rằng, bà còn yêu chồng và tình yêu ấy tiềm tàng mảnh liệt hơn mối hận trong lòng bà mà bao năm bà nghĩ rằng nó quan trọng hơn !/

DŨNG NGUYÊN

NGƯỜI SÔNG HẬU

TÀ DÔN

(Trên đường từ Qui Nhơn, Phú Yên về ngang núi Tà Dôn-Phan Thiết mưa như trút nước, bỗng nhớ đến nhà văn Y Uyên chết trận tại nơi nầy năm 1969.)

**Tưởng nhớ nhà văn Y Uyên*

Tà Dôn, Tà Dôn mưa như trút
Xe qua cứ ngỡ vào đất Thục
Sạn đạo chùn chân người không về
Máu tưới đầm đìa trên ngọn bút.

"Ngựa tía" giật mình kinh tiếng cú
"Tượng đá đầu non" tràn mưa lũ
Mù mịt đất trời đâu "Quê nhà"
"Bão khô" lốc tan tành muôn thú.

Mây xám vờn quanh đùn đầu núi
Đạn cối pháo bầy đâu trận cuối
Mật khu bên kia cuộc hành quân
Người bỏ cuộc chơi cùng cát bụi.

Tà Dôn, Tà Dôn mưa như trút
Tiễn một người đi vào đất Thục
Phương Nam một mình ta quay về
Dưới tán cây rừng đầy lá mục.
*Hàm Thuận Bắc.

NGƯỜI SÔNG HẬU

"...": Tên các tác phẩm của nhà văn Y Uyên.

NGUYỄN NGUYÊN PHƯỢNG

TÓC LỆ

(Tóc mai sợi vắn sợi dài...Ca dao VN)

Vướng chiều cơn mê đắm
Tóc thơm đuối tình thơ
Đóa tình vừa chớm nở
Tóc mai buông hửng hờ.

Vướng đêm nồng dấu nguyệt
Tóc môi lịm hờn nhau
Khúc nghìn trùng li biệt
Sợi tương tư về đâu…

Vướng hồn rưng mắt lệ
Vàng Thu, tóc u hoài
Nghiêng sầu kinh hoang phế
Giăng trời tóc mưa phai.

Vướng đời thao thiết mộng
Tóc bay vờn xa xăm
Én chao ngàn sông rộng
Níu vời cuộc trăm năm.

Bạc đầu đau đáu vọng
Tóc lệ nào long lanh!

NGUYỄN NGUYÊN PHƯỢNG
Xuân Lộc, 28/3/2024

LÊ KHÁNH NHÂM
MẸ GÁNH ĐỜI CON

Lúa cúi đầu trĩu hạt
Mẹ cúi đời vì con
Giữa đồng trưa cháy nắng
Mồ hôi hóa cơm ngon

Đất im không kể khổ
Mẹ âm thầm cày sâu
Tay gầy gieo năm tháng
Đơm thành trái tim con

Lưng mẹ oằn năm tháng
Mắt mẹ sáng trời xa
Đời con là ruộng lúa
Mẹ là mùa bao la

Gió gọi mùa ký ức
Con trở về bờ đê
Nghe lòng vang giọng mẹ
Giữa sắc vàng đồng quê

Hạt ngọc không từ đất
Mà từ mẹ gánh đời
Bữa cơm nghèo ngày cũ
Giữ hồn con sáng ngời.

LÊ KHÁNH NHÂM

NHẬT QUANG
BÔNG HỒNG TRẮNG MÙA VU LAN

Vu Lan về, rưng rưng từng kỷ niệm…
Nghe chuông chùa, con lặng thắp tâm nhang
Bông hồng trắng cài lên áo nhẹ nhàng
Lòng xót xa thương Mẹ giờ xa vắng

Mẹ đi rồi, vầng trăng buồn không sáng
Mỗi Thu về, con nhớ dáng Mẹ xưa
Từng giọt sầu nhỏ xuống giữa ban trưa
Tựa mưa ngâu thấm hồn con tê tái

Ngày xưa ấy, câu ru hời Mẹ hát
Ơi…à ơi…dìu dặt giữa canh thâu
Con lớn khôn, giờ Mẹ ở nơi đâu?
Từng đêm buồn lòng con sầu thổn thức

Vu Lan về, nén nhang trầm con thắp
Kính dâng Mẹ lòng báo hiếu tri ân
Nguyện lòng con sống giữa thế trần
Mãi mãi khắc ghi tình Người cao cả.

NHẬT QUANG

ĐOÀN TAM KỲ
CẦN THƠ ƠI

Cần Thơ ơi !
Ai đặt tên. Nghe mà mến thương thế
Để phiêu dat bốn phương vẫn nhớ về " Tây Đô"
" Cần Thơ gạo trắng nước trong
Ai đi đến đó lòng không muốn về"

Ta tìm về đất mẹ quê cha
miền sông nước "trên bến dưới thuyền"
Chợ Cái Răng bồng bềnh sông nước
Thiền Viện Trúc Lâm Phương Nam đẹp rạng rỡ.

Nhà cổ Bình Thủy lộng lẫy giữa lòng Tây Đô
Bến Ninh Kiều kiêu sa quyện vào câu hát
Áo bà ba nên thơ và trữ tình
Những miệt vườn xanh ngát bốn mùa

Mai rồi sáp nhập. Tên gọi Cần Thơ
Chỉ còn lại trong câu ca và bài thơ ta đoc
Nhưng giọng mẹ giọng cha mạch nguồn bao đời
Vẫn là quê hương đó, có mất đi được đâu.

Du nơi đâu Cần Thơ vẫn nên thơ
Quê hương đó, có Đại đội 23 lừng danh anh hùng
"Biệt động Cần Thơ" nổi tiếng trận đốt kho xăng Cái Răng.

Thế hệ hôm nay. Ký ức không quên
Bản trường ca " Một trăm hai sáu năm" đã viết
Thế hệ mai sau. Ghi tiếp vào sử sách
"Dạ cổ hoài lang" theo sóng ru dài...

ĐOÀN TAM KỲ

SAN PHI
Ánh Sáng Từ Hư Không

Sự vụt tắt của hạnh phúc giống như một ngọn nến bị gió thổi bùng, để lại Khánh Băng chìm vào tuyệt vọng. Nỗi đau mất con chưa kịp nguôi ngoai, trái tim nàng lại tan nát khi chồng ruồng bỏ, chạy theo bóng hình khác.

Một năm dài đằng đẵng, Khánh Băng chìm trong thế giới ảo ảnh do chính mình tạo ra. Đó là nơi con gái bé bỏng vẫn sống trong nàng, với mái tóc tơ mềm mại, đôi mắt lấp lánh như sao và tiếng cười trong trẻo vang vọng khắp không gian. Nàng ôm ấp hư vô, lắng nghe tiếng con hằng đêm, ngắm nhìn những điệu múa uyển chuyển và lời ca ngây thơ mà chỉ mình nàng thấy.

Để kéo Khánh Băng ra khỏi của ảo ảnh, hai bác sĩ tâm lý, Tiến sĩ Hoàng và Bác sĩ Lan, đã dốc hết tâm huyết và kinh nghiệm. Họ hiểu rằng đây không chỉ là một ca bệnh thông thường.

Tiến sĩ Hoàng, với kinh nghiệm lâu năm trong điều trị các ca rối loạn stress sau sang chấn (PTSD) và trầm cảm nặng, đã tiếp cận Khánh Băng bằng phương pháp liệu pháp nhận thức – hành vi (CBT) kết hợp với liệu pháp tiếp nhận và cam kết (ACT). Ông bắt đầu bằng việc tạo một không gian an toàn, ấm cúng để Khánh Băng có thể giãi bày mà không cảm thấy bị phán xét.

Những buổi trị liệu đầu tiên đầy khó khăn. Khánh Băng thường xuyên rơi vào trạng thái vô cảm, ánh mắt trống rỗng nhìn vào khoảng không, hoặc đột nhiên bật khóc nức nở khi ai đó vô tình nhắc đến những điều liên quan đến bé Na.

"Khánh Băng, tôi hiểu nỗi đau của cô. Nó là một phần của cô bây giờ," Tiến sĩ Hoàng nhẹ nhàng nói trong một buổi trị liệu, giọng ông trầm ấm và đầy sự thấu cảm. "Chúng ta không thể xóa bỏ nó, nhưng chúng ta có thể học cách sống chung với nó, và quan trọng hơn, tìm lại ý nghĩa trong cuộc sống mà bé Na đã để lại."

Ông kiên trì giúp Khánh Băng nhận diện những suy nghĩ méo mó và ảo tưởng của mình. "Cô có tin rằng bé Na thực sự đang ở đây, ngay trong căn phòng này không?"

Ông hỏi, không phải để phủ nhận trải nghiệm của cô, mà để từ từ đưa cô trở về với thực tại. Khánh Băng thường lắc đầu hoặc chỉ im lặng, nhưng đôi khi, một tia chớp sợ hãi thoáng qua trong mắt nàng. Cô sợ hãi, một nỗi sợ tột cùng.

Bác sĩ Lan, trẻ hơn nhưng rất tài năng và giàu lòng trắc ẩn, tập trung vào việc khôi phục khả năng kết nối xã hội và cảm xúc của Khánh Băng thông qua liệu pháp nghệ thuật và âm nhạc. Cô khuyến khích Khánh Băng vẽ tranh, dù chỉ là những nét vẽ nguệch ngoạc vô định hình. Cô mở những bản nhạc nhẹ nhàng, đôi khi là những bài hát thiếu nhi, hy vọng có thể chạm đến những ký ức ngọt ngào.

"Hãy vẽ bất cứ điều gì cô cảm thấy, Khánh Băng," Bác sĩ Lan nói, đặt một cây bút màu vào tay nàng. "Không cần đẹp, chỉ cần là cảm xúc của cô." Ban đầu, Khánh Băng chỉ vẽ những màu tối, những đường nét hỗn độn. Nhưng dần dần, những chấm hồng, chấm vàng nhỏ bé.

Cả hai bác sĩ cũng đặc biệt chú trọng đến vai trò của Học Bân, người bạn luôn ở bên an ủi, yêu thương chăm sóc bằng tất cả sự kiên nhẫn và dịu dàng. Họ tư vấn cho Học Bân cách giao tiếp với Khánh Băng, cách hỗ trợ nàng mà không vô tình củng cố ảo ảnh. "Sự hiện diện của anh Học Bân là một yếu tố then chốt trong quá trình hồi phục của Khánh Băng," Tiến sĩ Hoàng nhấn mạnh.

Họ cùng nhau đặt ra những mục tiêu nhỏ, dần dần. Từ việc

giúp Khánh Băng tự chăm sóc bản thân, ăn uống điều độ hơn, đến việc khuyến khích nàng ra ngoài đi dạo ngắn, hít thở không khí trong lành. Mỗi bước tiến nhỏ đều là một chiến thắng.

Có những lúc, Khánh Băng dường như đã gần trở lại, nhưng chỉ một câu nói, một hình ảnh bất chợt cũng có thể đẩy nàng trở lại thế giới ảo ảnh. Khánh Băng vẫn không muốn thoát ra khỏi cõi mộng. Nàng sợ hãi, một nỗi sợ tột cùng, sợ rằng một khi chấp nhận sự thật, con gái sẽ mãi mãi rời xa nàng, tan biến như làn khói. Nàng thà sống trong ảo ảnh còn hơn đối mặt với sự thật.

Thế nhưng, vào một chiều mưa, từng giọt nước lạnh buốt chạm vào da thịt, hình bóng bé thơ của con gái bỗng trở nên rõ nét hơn bao giờ hết, nàng thấy rõ từng đường nét trên khuôn mặt con, từng sợi tóc bay trong gió, cả ánh mắt trong veo quen thuộc. Con gái nàng, với đôi mắt ấy, nhìn thẳng vào nàng, một nụ cười ngây thơ nhưng đầy ẩn ý hé nở trên môi.

Khánh Băng run rẩy, từng tế bào trong cơ thể nàng bừng tỉnh. Đôi mắt nàng mở to, không dám chớp, sợ rằng chỉ một cái chớp mắt thôi, hình ảnh mong manh ấy sẽ tan biến. Con gái nàng, bé Na, đang đứng đó, trong bộ váy trắng tinh mà nàng đã tự tay may cho con. Mái tóc tơ đen, được nàng tết hai bím nhỏ, buộc nơ hồng. Đôi môi chúm chím nở nụ cười, và đôi mắt, đôi mắt lấp lánh tròn xoe như hai vì sao nhỏ, đang nhìn thẳng vào nàng, tràn đầy yêu thương và nỗi buồn khó tả.

"Mẹ ơi," tiếng con gái, nhẹ như một làn gió thoảng, nhưng lại vang dội trong tâm trí Khánh Băng. Âm thanh êm đềm, cuộn xiết lấy nàng.

Khánh Băng đưa tay ra, cố gắng chạm vào khuôn mặt bé bỏng ấy, nhưng bàn tay nàng chỉ xuyên qua hư không. Nàng bật khóc nức nở, những giọt nước mắt nóng hổi chảy dài trên gò má lạnh lẽo.

"Con gái mẹ! Bé Na! Mẹ biết mà, mẹ biết con vẫn ở đây với mẹ! Con không bỏ mẹ đi đâu hết, đúng không con?" Nàng vừa nói, vừa run rẩy đưa tay ôm lấy không khí, như thể đang ôm trọn lấy thân hình bé nhỏ của con.

Bé Na vẫn đứng đó, nụ cười trên môi con không hề tắt. "Mẹ ơi, con vẫn luôn ở đây mà. Con vẫn luôn chơi với mẹ mỗi ngày. Mẹ còn nhớ không, hôm qua mẹ con mình vừa cùng nhau hát bài "Con Gái Nhỏ Của Ba đó."

Khánh Băng giật mình. Đúng rồi! Tối qua, nàng đã ôm chặt chiếc gối, tưởng tượng đó là bé Na, và thủ thỉ hát ru cho con nghe bài hát mà ngày trước Ba con yêu thích nhất. Nàng còn nhớ như in, bé Na đã cười khúc khích, giơ đôi tay bé xíu lên vỗ vỗ theo điệu nhạc.

"Phải rồi! Bé Na của mẹ giỏi quá! Con nhớ hết những gì mẹ con mình đã làm. Thế con có nhớ, tuần trước mẹ con mình cùng nhau vẽ tranh không? Con đã vẽ một ngôi nhà to thật to có mẹ nấu ăn và Ba dạy con đánh đàn, mẹ thì vẽ một vườn hoa hồng rực rỡ để tặng con và Ba đó!" Khánh Băng cố gắng níu kéo, muốn giữ lại từng khoảnh khắc, từng chi tiết nhỏ nhất trong thế giới ảo ảnh này. Nàng muốn nghe con gái kể lại, muốn được sống lại những giây phút tưởng tượng hạnh phúc ấy.

Bé Na gật đầu, đôi mắt long lanh. "Con nhớ chứ! Ngôi nhà của con có ống khói cao thật cao, và mẹ đã vẽ cho con một cây cầu vồng bảy sắc nữa! Con còn nhớ mẹ đã nói, cầu vồng là ước mơ của con, mẹ sẽ giúp con chạm tới những ước mơ đó." Giọng con bé trong trẻo, ngân nga. Mẹ nhớ không?

Lời nói của con gái là hàng ngàn mũi kim châm vào tim Khánh Băng. Ước mơ... Hạnh phúc... Tất cả đã tan biến. Nàng đã từng hứa với con rất nhiều điều, đã từng vẽ ra một tương lai tươi sáng cho con, nhưng giờ đây, tất cả chỉ còn là nỗi đau và tuyệt vọng.

"Bé Na ơi… Mẹ xin lỗi… Mẹ xin lỗi vì mẹ đã không giữ được lời hứa… Mẹ xin lỗi vì đã không thể bảo vệ được con…" Khánh Băng quỵ xuống, ôm chặt lấy lồng ngực đau nhói, cảm giác như có hàng ngàn mảnh vỡ đang găm vào da thịt. Nàng gục mặt vào đầu gối, từng tiếng nấc nghẹn lại trong cổ họng, đau đớn hơn bất cứ vết thương thể xác mà nàng từng chịu.

Bé Na khẽ bước đến gần nàng, đưa bàn tay nhỏ bé lên, như muốn chạm vào mái tóc rối bù của mẹ. Nhưng bàn tay bé bỏng ấy lại xuyên qua không khí, không thể chạm tới. "Mẹ ơi, mẹ đừng khóc mà.

"Không! Không thể nào! Con gái mẹ, con không được đi! Con không được bỏ mẹ lại một mình!" Nàng gào lên trong câm lặng, từng tiếng nấc nghẹn lại trong cổ họng. Nước mắt lã chã tuôn rơi, hòa vào những giọt mưa lạnh lẽo trên khung cửa sổ. "Mẹ xin con, đừng đi! Mẹ không thể sống thiếu con! Con là tất cả của mẹ, là ánh sáng duy nhất trong cuộc đời mẹ!"

Bé Na vẫn mỉm cười, nụ cười ấy như một lời tiễn biệt. "Mẹ ơi, con không đi đâu cả. Con vẫn luôn ở đây, trong trái tim mẹ. Mẹ còn nhớ không, con thích nhất là được mẹ hát ru mỗi đêm, được mẹ kể chuyện cổ tích, và được mẹ ôm vào lòng, hôn lên má mỗi khi con ngủ."

Khánh Băng ngẩng đầu lên, đôi mắt đỏ hoe nhìn con. Những hình ảnh đó, những âm thanh đó, chân thật đến mức nàng có thể cảm nhận được hơi ấm của con, nghe thấy tiếng thở đều đều của con khi ngủ say trong vòng tay nàng. "Mẹ nhớ… Mẹ nhớ hết. Mẹ nhớ cả cái cách con dụi dụi đầu vào lòng mẹ mỗi khi con sợ hãi. cả khi con cười toe toét mỗi lần mẹ làm trò vui cho con xem." Nàng thều thào, giọng nói lạc đi vì nghẹn ngào.

"Và mẹ ơi," Bé Na tiếp lời, giọng nói con bé vẫn giữ sự trong trẻo nhưng giờ đây pha thêm một nỗi buồn, "Con thích nhất là được nhìn mẹ cười. Mẹ cười rất đẹp. Con nhớ mẹ đã từng nói, nụ cười của mẹ là niềm vui của con."

Câu nói này như một lưỡi dao sắc bén cứa thẳng vào tim Khánh Băng. Nụ cười. Đã bao lâu rồi nàng không cười. Một năm, một năm dài đằng đẵng, nụ cười đã hoàn toàn biến mất .

"Mẹ hãy để con đi, mẹ hãy sống cuộc đời của mẹ…" Hình bóng bé nhỏ của Bé Na bắt đầu trở nên trong suốt hơn.

"Không! Bé Na! Con không được biến mất! Mẹ không cho phép con đi!" Khánh Băng tuyệt vọng vươn tay ra, cố gắng nắm lấy hình bóng đang dần tan biến. Nàng gào thét, nước mắt lã chã tuôn rơi, hòa vào những giọt mưa lạnh lẽo trên khung cửa sổ. "Mẹ không thể sống thiếu con! Con là tất cả của mẹ, là ánh sáng duy nhất trong cuộc đời mẹ!"

Bé Na vẫn mỉm cười, nụ cười như một lời tiễn biệt cuối cùng. "Mẹ ơi, con không đi đâu cả. Con vẫn luôn ở đây, trong trái tim mẹ. Nhưng mẹ cần phải sống, phải tìm lại hạnh phúc. Mẹ hãy mạnh mẽ lên, vì con. hãy sống thay phần con, mẹ nhé…"

Mỗi câu nói của con như kim châm vào vết thương lòng, nhưng lại là tia sáng le lói. Hình bóng của Bé Na giờ đây chỉ còn là một vệt sáng mờ ảo, đôi mắt con vẫn nhìn nàng, ánh mắt tràn đầy yêu thương "Mẹ ơi, hãy để con bay đi, bay về nơi có ánh sáng, nơi con không còn đau đớn nữa hãy hứa với con, sẽ sống thật hạnh phúc, mẹ nhé."

Một Nỗi đau đớn đến tột cùng, khi phải đối mặt với sự thật phũ phàng, rằng hình bóng và tiếng nói này, tất cả chỉ là ảo ảnh. Nhưng rồi, trong tận cùng tuyệt vọng, nàng cảm nhận được một sức mạnh, một sức mạnh đến từ tình yêu thương của con gái. Nàng biết, đã đến lúc phải buông tay, để con gái được siêu thoát, để linh hồn bé bỏng ấy tìm về nơi bình yên thuộc về, và để nàng tìm lại chính mình, tìm lại cuộc sống đã mất.

Những giọt nước mắt nóng hổi vẫn chảy dài. Khi nàng mở mắt ra, thế giới ảo ảnh đã tan biến, những tiếng cười trong trẻo, những điệu múa hồn nhiên đều biến mất, chỉ còn lại sự tĩnh lặng đến đáng sợ. Căn phòng chìm trong bóng tối nhập nhoạng, in hình những giọt mưa đang trượt dài trên kính.

Học Bân vẫn ở đó, vẫn lặng lẽ ngồi bên cạnh nàng. Ánh mắt tràn đầy sự sẻ chia và tình yêu thương vô bờ bến. Anh không nói một lời, chỉ lặng đưa tay nắm lấy bàn tay lạnh ngắt của nàng, siết nhẹ. Bàn tay ấm áp, vững chãi, kéo nàng lên khỏi vực thẳm.

Khánh Băng nhìn anh, ánh mắt dần thoát khỏi sự trống rỗng. Đã bao lâu rồi nàng không cảm nhận được hơi ấm của một bàn tay, một ánh mắt thấu hiểu. Nàng cảm nhận được sự hiện diện của anh, sự kiên nhẫn và tình cảm mà anh dành cho nàng

Khánh Băng nhìn chằm chằm vào khoảng không, nơi vài giây trước Học Bân vẫn còn đó. Nụ cười và ánh mắt ấm áp ấy giờ đã tan biến. Tiếng nức nở bật ra dữ dội xé toạc sự tĩnh lặng của căn phòng.

Tiến sĩ Hoàng bước vào, từng bước chân như nén lại nỗi lo lắng khôn cùng. Ông nhẹ nhàng đặt tay lên vai nàng. "Khánh Băng, cô đã rất dũng cảm. Cô đã đối diện với sự thật." Giọng ông trầm ấm. Nắm lấy bàn tay lạnh ngắt của nàng. Bàn tay của Khánh Băng run rẩy, những ngón tay siết chặt như cố níu giữ một điều gì đó đã không còn.

" Tôi biết điều này thật khó khăn. Nhưng đây là bước đầu tiên để cô trở về với chính mình." Bác sĩ Lan nói, giọng cô nghẹn lại.

Khánh Băng ngước nhìn họ, đôi mắt sưng húp. "Anh ấy... anh ấy đi rồi... Học Bân... anh ấy biến mất thật sao?" Giọng nàng run rẩy, tuyệt vọng tột cùng. "Em... em đã... đã nói chuyện với anh ấy... mỗi ngày... anh ấy... anh ấy luôn ở bên em..."

Tiến sĩ Hoàng lắc đầu, ánh mắt đầy thương cảm. "Học Bân... là một phần của thế giới mà cô đã tạo ra. Một cách để cô đối phó với nỗi đau mất mát quá lớn." Ông nhìn Khánh Băng. "Anh ấy là hiện thân của khao khát được yêu thương, được an ủi, được hình thành từ ký ức về người yêu thương của cô, người đã mất đi vì cô."

Khánh Băng bỗng vùng vẫy, rút tay ra khỏi tay Bác sĩ Lan. "Không! Không phải! Anh ấy còn sống thật mà! Anh ấy luôn ở đây! an ủi em khi em khóc! nắm tay khi em sợ hãi! Và nói... sẽ không bao giờ bỏ rơi em!" Nàng gào lên đau đớn, "Em đã hứa với anh ấy... em sẽ không sao đâu... vậy mà..."

"Anh ấy đã từng nói 'Dù thế giới có sụp đổ, cũng sẽ là người cuối cùng ở lại bên em.' Em đã tin, tin vào lời hứa đó," Khánh Băng nức nở, hồi ức về Học Bân ùa về.

Bác sĩ Lan ôm lấy Khánh Băng, tôi biết điều này quá sức chịu đựng. Nỗi đau mất con đã quá lớn, và việc Học Bân rời đi lại càng khiến cô suy sụp. Cú sốc về sự ra khi anh ấy hy sinh để bảo vệ cô... nó đã quá sức chịu đựng đối với tâm trí cô."

Giọng Bác sĩ Lan nghẹn lại. "Học Bân là cách tâm trí cô bảo vệ cô khỏi sự sụp đổ hoàn toàn. Nhưng giờ đây, cô đã đủ mạnh mẽ để đối mặt với sự thật, dù nó nghiệt ngã đến đâu."

"Nhưng... em đã làm gì sai? Tại sao anh ấy lại rời bỏ em?" giọng nói yếu ớt, đầy tự trách. "Anh ấy từng nói sẽ đợi em, dù là ngàn năm, anh ấy cũng sẽ đợi..."

Tiến sĩ Hoàng nhẹ nhàng xoa lưng Khánh Băng. "Cô không làm gì sai cả, Cô chỉ đang tìm cách sinh tồn. Tâm trí con người có những cơ chế tự vệ để đối phó với những cú sốc quá lớn."

Khánh Băng nhắm nghiền mắt lại, hình ảnh Học Bân hiện lên rõ ràng trong tâm trí nàng, nụ cười và ánh mắt thấu hiểu.

Những kỷ niệm ngọt ngào xen lẫn với nỗi đau xót xa. Nàng đã tin tưởng, đã dựa dẫm vào một ảo ảnh, và giờ đây đó cũng tan biến, để lại một khoảng trống trong tim.

"Em... em nhớ Na... em nhớ Na quá..." Khánh Băng ôm chặt lấy Bác sĩ Lan. "Và giờ... em lại mất thêm Học Bân... người yêu thương em nhất nhất cõi này... Anh ấy từng là tất cả những gì em có, là ánh sáng trong đêm tối... Em chẳng còn gì cả..." Nàng khóc nức nở, tiếng khóc ai oán, xé lòng.

"Cô không mất tất cả đâu, Khánh Băng." Bác sĩ Lan giữ chặt lấy nàng. "Cô vẫn còn chính mình. Và cô vẫn còn chúng tôi ở đây, luôn bên cạnh cô."

Tiến sĩ Hoàng gật đầu, ánh mắt ông kiên định đầy sự thấu hiểu. "Học Bân là một phần của quá trình chữa lành. Và giờ đây, khi đối mặt với sự thật, cô không đơn độc. Chúng tôi sẽ cùng cô đi qua từng bước, cho đến khi cô tìm lại được bình yên."

Nàng cảm nhận được sự hiện diện chân thật của hai vị bác sĩ, sự kiên nhẫn và tình cảm mà họ đã dành cho nàng trong suốt một năm qua. Dù không có những cái nắm tay ấm áp như của Học Bân, và lời an ủi thầm bên tai, nhưng sự hiện diện của họ là thật, không phải ảo ảnh.

Tiếng nức nở dần nhỏ lại. Trong tâm trí nàng, những thước phim về Học Bân bắt đầu quay chậm.

"Anh ấy... anh ấy luôn ở đó, trong căn phòng này..." Giọng Khánh Băng yếu ớt, như đang tự nói với chính mình. "Em thích đàn hát, thích vẽ, và múa cổ điển nữa. Anh ấy thì trầm tính lắm, cứ như một thám tử vậy, luôn quan sát em bằng ánh mắt sâu thẳm. Nhưng lạ thay, lại lãng mạn vô cùng."

Bác sĩ Lan nhẹ nhàng vuốt tóc nàng, để Khánh Băng tiếp tục câu chuyện, dù biết rằng những gì nàng kể chỉ là những mảnh ghép từ trí tưởng tượng.

"Có những đêm, em ngồi bên cây đàn piano, ngón tay lướt trên phím đàn. Anh ấy không nói gì, chỉ ngồi cạnh, lắng nghe từng nốt nhạc. Em biết, anh thích nghe em hát những bài tình ca xưa cũ. Ánh mắt khi nhìn em hát... ấm áp lắm, như thể cả thế giới này chỉ còn lại hai chúng em."

Khánh Băng khẽ mỉm cười, một nụ cười nhạt nhòa trong nước mắt. "Em thường vẽ một thám tử trong bộ vest đen, mái tóc nâu, và đôi mắt buồn man mác. Mỗi lần em vẽ xong, anh ấy sẽ lại gần, khẽ cười rồi nói, 'Em vẽ anh đẹp hơn cả anh trong gương.' Giọng nói trầm ấm, khiến em cảm thấy bình yên ."

"Và nhảy múa... anh ấy không biết nhảy, nhưng lại thích ngắm em múa lắm. Em thường mặc những chiếc váy cổ điển, xoay tròn theo điệu nhạc. ở góc phòng nhỏ, ánh mắt dõi theo từng bước nhảy của em. Thỉnh thoảng, một bàn tay đưa ra, nhẹ nhàng đỡ lấy em khi em xoay vòng quá nhanh. Cứ như thể anh ấy sợ em sẽ ngã vậy."

Khánh Băng ngừng lại, hít một hơi thật sâu. "Anh ấy... anh ấy luôn bảo vệ em. Khi em gặp ác mộng, sẽ nắm chặt tay, thì thầm những lời an ủi. kể cho em nghe những câu chuyện thám tử ly kỳ, nhưng rồi lại biến nó thành một câu ngôn tình lãng mạn, chỉ để em có thể ngủ yên."

"Anh ấy từng nói," Khánh Băng nhìn lên trần nhà, đôi mắt như đang nhìn xuyên qua khoảng không. "'Em là ánh sáng của anh, Khánh Băng. Dù có bất cứ chuyện gì xảy ra, anh cũng sẽ không bao giờ rời xa em. Anh sẽ là người cuối cùng ở lại, bảo vệ em, cho đến khi em tìm thấy bình yên thực sự.'"

Tiến sĩ Hoàng và Bác sĩ Lan lặng lẽ lắng nghe. Họ hiểu, Học Bân không chỉ là một ảo ảnh, mà còn là chiếc neo giữ Khánh Băng không bị chìm sâu hơn.

"Em tin anh ấy. Em tin vào từng lời anh ấy nói. Anh ấy là người duy nhất hiểu em, người duy nhất chấp nhận em, chấp nhận cả sự điên loạn của em." Khánh Băng siết chặt tay Bác sĩ Lan.

"Nhưng giờ thì anh ấy đi rồi. Anh ấy đã giữ lời hứa đến tận giây phút cuối cùng, bảo vệ em khỏi sự thật nghiệt ngã này."

Một nụ cười nhẹ, rất nhẹ, nở trên môi nàng, nụ cười đầu tiên sau bao tháng ngày chìm trong u tối, nụ cười của sự chấp nhận. Nàng biết, cuộc đời nàng sẽ không còn trọn vẹn như xưa, nỗi đau mất con sẽ mãi là một vết sẹo không bao giờ lành. Và nỗi mất mát về Học Bân, người đã hy sinh vì nàng.

Khánh Băng hít một hơi thật sâu, "Em... em đã sẵn sàng." Nàng nói, giọng nói vẫn còn yếu ớt nhưng đã mang một sự quyết tâm rõ rệt. "Em muốn... muốn quay lại cuộc sống thật sự. Em muốn sống vì Na. Và sống luôn phần của người đã hy sinh cho em, là Học Bân."

"Em... em có thể hỏi một điều không?"

"Tất nhiên rồi." Tiến sĩ Hoàng dịu dàng nói.

"Học Bân... anh ấy có... có hạnh phúc không khi em ở bên anh ấy?" Nàng hỏi, ánh mắt đầy sự đau đơn, như thể vẫn muốn tìm kiếm một sự xác nhận nào đó.

"Em đã cố gắng hết sức để làm anh ấy vui, để giữ anh ấy lại bên. Liệu những khoảnh khắc đó, anh ấy có thật sự cảm nhận được tình yêu của em không? Anh ấy có hạnh phúc không khi nhìn thấy em mỉm cười, dù nụ cười đó chỉ là dành cho ảo ảnh của anh ấy?"

Tiến sĩ Hoàng và Bác sĩ Lan nhìn nhau. Bác sĩ Lan nhẹ nhàng trả lời: "Học Bân là hình ảnh của sự an ủi và tình yêu thương mà cô khao khát. Anh ấy luôn "hạnh phúc" khi cô cảm thấy được vỗ về. Đó là cách tâm trí cô tự chữa lành, bằng cách tạo ra một tình yêu để lấp đầy khoảng trống.

Nhắm mắt lại, nàng cảm nhận sự nhẹ nhõm đang lan tỏa trong tâm hồn. Một cái nhìn giải thoát vào những điều phù du, những thứ không thể nắm giữ. Khi hiểu rằng mọi thứ đều là tạm bợ, nàng học cách trân trọng khoảnh khắc hiện tại, sống hết mình với những gì đang có. Học Bân, một ảo ảnh đầy yêu thương, đã hoàn thành sứ mệnh của mình. Giờ đây, đã đến lúc nàng phải tự mình bước đi, tìm kiếm hạnh phúc thực sự, không phải từ một người đã mất, cũng không phải từ một hình bóng do chính mình tạo ra.

Nhiều tháng sau, Khánh Băng trở về với cuộc sống. Nàng không còn ngồi thẫn thờ nhìn vào khoảng không, không còn nói chuyện với những điều vô hình. Căn phòng ngày xưa giờ đã được sắp xếp lại, ngăn nắp và tràn ngập ánh sáng. Cây đàn piano vẫn nằm đó, những phím đàn im lìm chờ đợi những sáng tác mới. Giá vẽ được phủ khăn, những bức tranh còn dang dở cất sâu trong ngăn kéo.

Bên cửa sổ, ngắm nhìn những giọt mưa rơi tí tách, trong khoảnh khắc ấy, nàng thấy mình đang múa. Không có âm nhạc, không có khán giả, chỉ có những bước nhảy nhẹ nhàng, Nàng múa cho Na, cho Học Bân, và cho chính bản thân nàng.

Nhìn ra bầu trời trong xanh sau cơn mưa. Một tia nắng yếu ớt xuyên qua kẽ lá. Nàng bước về phía cây đàn piano. Ngón tay nàng khẽ chạm vào phím đàn, một nốt nhạc trong trẻo vang lên, phá vỡ sự tĩnh lặng...

SAN PHI
Trích; Yêu Như Cổ Tích
Ngày 1 tháng 1 năm 2023

NHẬT KÝ VĂN HỌC

Nhật ký Văn Học:

- **Mở đầu:** Tinh thần chung "văn học tháng 8 – từ ký ức đến hồi sinh."
- **Nội dung Việt Nam:** Vu Lan + Tour Văn Miếu, khơi gợi cảm xúc truyền thống giữa đời sống hiện đại.
- **Chuyển toàn cầu:**

o Edinburgh và chủ đề chữa lành – văn học như tấm gương xã hội.

o Eisteddfod và văn học bản địa – giá trị cộng đồng, ngôn ngữ.

o Austen's ball + văn hóa Regency – nét tươi mới, hình tượng để truyền cảm hứng.

- **Kết:** *Khẳng định văn học không chỉ giá trị "đọc – viết" mà còn hành động xã hội, văn hóa, kết nối cộng đồng.*

Tại Việt Nam

- **Vu Lan – "Wandering Souls Day"** (18 tháng 8 2025)

Đây là ngày lễ đặc biệt của tháng cô hồn tại miền Bắc. Mọi người sẽ thả đèn hoa đăng trên sông, thắp hương cầu siêu cho người đã mất và "linh hồn lạc" Bong Ha Giang hostel.

o Điểm đáng chú ý: Những vùng quê hoặc đền chùa nhỏ thường có lễ hội đèn hoa đăng, tạo nên hình ảnh vừa tâm linh vừa đầy chất thơ.

- *AsiaCCS 2025 – Trình diễn tại Văn Miếu* (25 tháng 8 2025)

Dù là hội nghị kỹ thuật, AsiaCCS có lịch tổ chức tour tham quan Văn Miếu – Quốc Tử Giám vào ngày 25/8 chỉ dành riêng cho đại biểu ACM ASIACCS 2025.

o Gợi ý nội dung: Có thể khai thác khía cạnh "Văn Miếu trong đời sống tri thức hiện đại," mang hơi thở hội nhập công nghệ và trí tuệ vào không gian thi ca truyền thống.

Trên toàn cầu

- **Edinburgh International Book Festival**

(9–24 tháng 8 2025, Edinburgh, Scotland)

o Đây là **lễ hội sách lớn nhất thế giới,** với khoảng 700 sự kiện, từ hội thảo đến đọc diễn cảm, âm nhạc, ẩm thực... Wikipedia+4edinburghfestivalcity.com+4clmp.org+4.

o Chủ đề năm nay: "Repair" – chữa lành, hàn gắn; có tiếng nói của các tác giả như Hanif Kureishi, Najwan Darwish... đây là góc nhìn văn học đầy hy vọng The Guardian.

• National Eisteddfod of Wales (2–9 tháng 8 2025, Wrexham, Wales)

o Lễ hội ngôn ngữ – văn hóa Welsh kéo dài 7 ngày, có thi thơ, kể chuyện, nhạc... dành cho cộng đồng nói tiếng Wales Wikipedia.

• Louisiana Literature Festival (cuối tháng 8, Humlebæk, Đan Mạch)

o Tổ chức tại bảo tàng Louisiana, quy tụ khoảng 40 nhà văn quốc tế trong 4 ngày, trải dài cuối tuần thứ ba Wikipedia.

• Byron Writers' Festival & Darwin Aboriginal Art Fair (tháng 8 2025, Úc)

o Sự kiện văn học kết hợp nghệ thuật bản địa, diễn ra tại Byron Bay (NSW) và Darwin (NT), nằm trong chuỗi lễ hội nghệ thuật – văn hóa địa phương ACM ASIACCS 2025+2The Guardian+2gaolf.org+2.

• Reading & Leeds Festivals (21–24 tháng 8 2025, Anh)

o Dù là lễ hội âm nhạc, nhưng bao gồm các không gian nghệ thuật và spoken word, thường mời nhà thơ, nghệ sỹ ngôn từ trình diễn "poetry slam" bên cạnh những chương trình chính The Guardian+1thesun.ie+1.

• Kỷ niệm 250 năm ngày sinh Jane Austen (2025, UK + quốc tế)

o Loạt sự kiện tại Bath, Winchester, Chawton từ đầu đến giữa tháng 8, như lễ ball phong cách Regency, triển lãm, talkshow, mở cửa căn nhà số 8 College Street… thetimes.co.uk.

Gợi ý điểm nhấn 'Ấn tượng' để đưa vào nhật ký:

Vị Trí Điểm Nhấn

Việt Nam

Sự hiện diện của Vu Lan với hình ảnh đèn trôi sông tạo chất thi ca và tính văn hóa sâu sắc cho bản tin nội địa.

Việt Nam

Tour Văn Miếu trong khuôn khổ AsiaCCS là dấu hiệu "văn hóa kết nối tri thức cổ – kim," có thể đưa góc nhìn mới đầy sinh động.

Thế giới Edinburgh Book Festival chủ đề "repair" rất gần gũi với tình hình xã hội toàn cầu – chọn vài phát ngôn tiêu biểu nhấn mạnh tầm quan trọng của văn học trong chữa lành.

Thế giới Sự kiện văn học bản địa tại Úc, Wales, Đan Mạch đều đưa yếu tố văn hóa đặc trưng – rất phù hợp để khẳng định rằng "văn học là tiếng nói bản sắc."

Thế giới Nhân kỷ niệm Austen, nhấn vào sự kiện ball phong cách vốn thơ mộng, duyên dáng và "Instagramable," đáp ứng độc giả thích hình ảnh văn hóa châu Âu.

Các nguồn tin nổi bật để trích đăng hoặc trích dẫn ảnh/nhận định, đặc biệt là các bài báo quốc tế uy tín:

Tin nổi bật tháng 8 về lễ hội văn học & nghệ thuật

The Guardian

Winter weekenders: 21 Australian festivals worth travelling for from May to August 2025

24 thg 4, 2025

The Guardian

Edinburgh book festival to focus on hope with line-up including Kureishi and Sturgeon

10 thg 6, 2025

thetimes.co.uk

Jane Austen fans will flock to UK for 250th anniversary

1 thg 1, 2025

Các nguồn tin nổi bật để trích đăng hoặc trích dẫn ảnh/

nhận định, đặc biệt là các bài báo quốc tế uy tín:
Tin nổi bật tháng 8 về lễ hội văn học & nghệ thuật

Winter weekenders: 21 Australian festivals worth travelling for from May to August 2025

24 thg 4, 2025

The Guardian

Edinburgh book festival to focus on hope with line-up including Kureishi and Sturgeon

10 thg 6, 2025

thetimes.co.uk

Jane Austen fans will flock to UK for 250th anniversary

1 thg 1, 2025

(Nguồn: baotreonline.com › nha-van-le-xuyenNhà văn Lê Xuyên - TRE Magazine).

NGÃ PHƯƠNG HUYỀN
MỖI KỲ VỚI CA KHÚC MỚI SÁNG TÁC
Thư Tòa soạn

Quí thân hữu và độc giả thân mến...

Đã bao lần có sự đề nghị về việc mở ra một tiết mục quan trọng có liên quan đến lãnh vực văn hóa, nghệ thuật nói chung … đó là: "*Mỗi Kỳ Với Ca Khúc Mới Sáng Tác*" … Nhưng BBT/VHM nhận thấy rằng việc đó mang tính "nhạy cảm", là dễ gây ra những ngộ nhận, không khéo sẽ đưa đến những "mất lòng" nhau một cách khó biện giải trong nội hay ngoại giới!!. Vì thế, chúng tôi đã khép lại những đề nghị như đã nêu trên…

Nhưng lại một lần nữa được mở ra với những đề nghị cũ… do từ một cơ duyên rất "may mắn" là từ những dây mơ rễ má của tình thâm thân hữu, dẫn đến một niềm vui và hạnh phúc khôn tả, đó là được: Nhạc sĩ Từ Công Phụng phổ bài thơ: "Người Muôn Thuở" của tôi thành nhạc, với tên mới " *Gửi Người Muôn Thuở*" (Bài thơ này của tôi nằm ở trang 156-157 trong tập thơ "*Anh Biết, Em Yêu Dấu*" được Nhà sách Tự Lực xuất bản & phát hành năm 2001…

Từ những yếu tố "*kích hoạt*" như kể trên, chúng tôi quyết định thực hiện ngay "*Mỗi Kỳ Với Ca Khúc Mới Sáng Tác*" " bao gồm đăng một, hai sheet nhạc và những bài viết về âm nhạc mang tính nghiên cứu, thảo luận, kể cả những tản mạn đóng góp vào loại hình nghệ thuật dùng âm thanh để diễn đạt, mang nặng tính quần chúng đám đông hơn cả này !! Tiểu mục do **Ngã Phương Huyền phụ trách ...**

Thưa quí thân hữu ...

Thật lòng mà nói rằng, mọi thứ trên đời đều không vượt thuyết tương đối … Việc tương tác thuần tính công tâm, bình đẳng cũng chỉ vững vàng được trong chủ quan đầy niềm tự tin, mới mong mạnh bước với những diễn tiến tốt đẹp, mang niềm vui và hạnh phúc đến với mọi người…

Trân trọng.

* Kỳ thứ **XV**

1/ vết thù trên lưng ngựa hoang_ nhạc: Ngọc Chánh-Phạm Duy
cổ nhạc_Trường Khanh

2/ xuân này con không về_ nhạc : Trịnh Lâm Ngân
cổ nhạc_Trường Khanh

3/ mười năm yêu em_nhạc : Trầm Tử Thiêng
cổ nhạc_Trường Khanh

vết thù trên lưng ngựa hoang

nhạc: Ngọc Chánh-Phạm Duy
cổ nhạc : Trường Khanh

nhạc
ngựa hoang nào giẫm nát tơi bời
đồng cỏ nào xanh ngát chân trời
ngựa phi như điên cuồng
giữa cánh đồng dưới cơn giông
vì trên lưng cong oằn
những vết roi vẫn in hằn
một hôm ngựa bỗng thấy thanh bình
thảm cỏ tình yêu dưới chân mình
ân tình mở cửa ra với mình
* ngựa hoang bỗng thấy mơ
để quên những vết thù...(*lập lại)

vọng cổ
từ cuộc bể dâu gây điên đầu bao thế hệ,
ta ngựa hoang trải dài hưng phế, giẫm nát
muôn đồng cỏ xanh ngát chân trời ...

1/ bão giông quen như điệu nhạc ru hời...
ngựa phi điên, quên vết hằn roi vọt,
lưng ngựa oằn...cong nỗi oan khiên..!
rồi một hôm ngựa bỗng thấy bình yên,
thảm cỏ tình duyên dưới chân mình tuyệt diệu ..,
cửa tình yêu mở ra như riêng biếu,
quên vết thù, ngựa say mơ ước..!

2/ tình yêu ơi! nhờ ngươi mà ngựa hoang phi
tốc, vó hăng say, ngang dọc đường trường...
kiếm cung ai mù mịt phường tuồng...
ta hiểu tình yêu như liều tiên dược,
xoa vết hằn, ngăn bước trầm kha ..!
chút mềm lòng khi gió thoảng hương hoa,

nhiều mơ mộng lúc trăng tà treo đỉnh núi..,
em diễm kiều, ngựa vơi nông nổi,
em dịu hiền, ta đâu vội cuồng phi...

nhạc
ngựa hoang, muốn về tắm sông nhẫn nhục
giòng sông, mơ màng mát trong thơm ngọt
* ngựa hoang quên thù oán căm
  từ nơi tối tăm, về miền tươi sáng...(*lập lại)

vọng cổ
ta muốn về nơi miền hoa thơm trái ngọt,miền
sáng tươi với nhiều chim hót,với giòng sông lịm
mát đến mơ màng ...

5/ như để quên đi, căm oán thù hằn ...
cho ngựa hoang càng tăng nhẫn nhục,
đây giòng sông thường lúc được trầm thân..!
nước cổ kim mà tắm kinh luân,
ai biết ngựa muôn lần yêu chủng loại ..,
tin ngàn sau thiên sóng triều vô ngại,
sẽ dâng lên nhân ái cho bao người ...

6/ bờ bến đây rồi hỡi giòng sông nhẫn nhục,
lòng ngựa hoang luôn mở với nhân gian..,
nhưng ơi! đời ngựa hoang chết gục,
vì trên lưng nguyên vẹn vết thù...

vẫn tin ngàn sau, vượt sóng lao đao,
cho con tàu sẽ về trên bến đợi ...
nhạc
ngựa hoang, về tới bến sông rồi ...
cởi mở lòng ra với cõi đời
nhưng đời ngựa hoang chết gục !!
và trên lưng nó ôi !!
còn nguyên những vết thù...

Trường Khanh
feb 20/ 04

xuân này con không về

nhạc : Trịnh Lâm Ngân
cổ nhạc : Trường Khanh

nhạc
con biết bây giờ mẹ chờ tin con
khi thấy mai đào nở vàng bên nương
năm trước con hẹn đầu xuân sẽ về
nay én bay đầy trước ngõ
mà tin con vẫn xa ngàn xa

ôi nhớ xuân nào thuở trời yên vui
nghe pháo giao thừa rộn ràng nơi nơi
bên mái tranh nghèo ngồi quanh bếp hồng

* trông bánh chưng ngồi chờ sáng
đỏ hây hây những đôi má đào...(* lập lại)

vọng cổ
năm trước năm sau năm nào con cũng hẹn,
rằng hẹn đầu xuân con sẽ về thăm mẹ,
nhưng có ngờ đâu con biền biệt xa mờ ...

1/ để Mẹ mòn trông, mỏi đợi hằng giờ ...
nay én lại bay đầy trước ngõ,
cành mai vàng trổ nụ đơm bông..!
mắt Mẹ già trũng hố chờ mong,
tóc điểm bạc nay càng thêm trắng bạc..,
sao con vẫn mù tăm sương cát,
thương Mẹ hiền mòn hơi lao tổn..!

2/ thấm thoát thời gian nhanh như tia chớp,
con đã xa quê mười mấy năm rồi...
nhớ Mẹ, nhớ em và nhớ từng người ...
nhớ thuở yên vui đón giao thừa rộn rã,
quanh bếp hồng bên mái nhà tranh..!
vui chuyện trò, trông bánh chưng xanh,

ngồi chờ sáng không buồn chi cơn ngủ ..,
quên chút lầm than, quên phen lam lụ ,
trông má đào em đỏ hây hây ..,
nhạc
nếu con không về chắc Mẹ buồn lắm
mái tranh nghèo không người sửa sang
Khu vườn thiếu hoa đào mừng xuân
* đàn trẻ thơ ngây chờ mong anh trai
sẽ đem về cho tà áo mới
ba ngày xuân đi khoe xóm giềng (*lập lại)

vọng cổ
trong cảnh xuân vui mà Mẹ ngồi tựa cửa,
mắt rưng rưng buồn ngóng chân trời ...

5/ thằng út ngây thơ, luôn hỏi mẹ nhiều lời ...
rằng anh ba hứa sẽ mang về cho áo mới,
nhưng con nào thấy bóng anh đâu..!
Mẹ nghẹn ngào, lòng Mẹ xót đau,
năm tháng với nguyện cầu ban ơn phúc ..,
con sống trải qua nhiều vinh nhục,
thân lưu ly buồn nhớ quê nhà ...
nhạc
con biết bây giờ Mẹ chờ em trông
nhưng nếu con về bạn bè thương mong
bao lứa trai cùng chào xuân chiến trường
không lẽ riêng mình êm ấm
Mẹ ơi con xuân này vắng nhà ...

6/ Mẹ dành dụm chút tiền lo Tết lớn,
chờ con về sẽ mặc vui say..!
nhưng ngờ đâu con tạo lắt lay,
con đi xa xa mãi bên trời ...
ngày đêm Mẹ khấn hồn linh Ba,
xin độ trì cho con trẻ ..,
Mẹ ơi! xuân nữa không về ...
con luôn đau xót tư bề nhớ thương...
Trường Khanh
feb 07/04

mười năm yêu em

nhạc : Trầm Tử Thiêng
cổ nhạc : Trường Khanh

nhạc
mười năm yêu em ta thấm đời mộng mị
mười năm yêu em ta thấu tình cuồng si
mười năm yêu em ta hóa thành chiếc lá
trôi theo từng cơn lũ của kiếp sống

tình chưa yên vui bên sóng đời cuồng nộ
chợt đêm chia phôi ngăn cách một đại dương

* từng đêm gian nan ta ngỡ mình sắp đuối
nhưng em tình vẫn hát từ bên trời (*lập lại)

vọng cổ
ơi! mười năm yêu em, ta thấm đời mộng mị,
mười năm yêu em, ta thấu kiếp si cuồng...

1/ mười năm yêu em, ta như chiếc lá trôi buồn...
trôi lênh đênh theo từng cơn thác lũ,
của kiếp con người gian khổ khôn nguôi..!
tình yêu em chưa được phút yên vui,
luôn điên đảo bên sóng đời cuồng nộ..,
mười năm đó, mộng đời ta tan vỡ,
mà tình yêu, vẫn mờ như trăng lu đưa lối..!

2/ tình chưa yên vui bên sóng cuồng, đêm tối,
đêm chợt chia phôi, đôi ngả đôi đường...
ngăn cách tình ta, một đại dương buồn...
từng đêm gian nan, ta ngỡ mình sắp đuối,
ta ngỡ mình truy đuổi bóng chiêm bao..!
nghe thời gian ngã nghiệt với tiêu hao,
em bên trời, vẫn ngọt ngào tình câu hát..,
mười năm yêu em, ta lạc loài phiêu bạt,
chiếc lá vàng tan tác bởi tình yêu..,

nhạc
ôi ta nhớ những đêm nằm mộng biển
hồn ta bay trên đôi cánh reo mừng

* giữa cằn cỗi chợt nghe hồn xao xuyến
  ngỡ môi em thầm đợi những mùa xuân
(*lập lại)
vọng cổ
ôi! ta nhớ những đêm nằm mộng biển,
lòng xôn xao như con tàu đợi chuyến,
hồn ta bay trên đôi cánh reo mừng...

5/ bài hát ta như liều thuốc an thần...
giữa cằn cỗi, chợt nghe hồn xao xuyến,
ngỡ môi em thầm đợi những mùa xuân..!
dường như trong ta, em có điều tuyệt vọng,
dường như trong em, ta vẫn suốt hoài mong..,
mười năm yêu em, ơi! vẫn là mãi mãi,
xin em hát cùng ta, để nhớ nhau hoài...

nhạc
dường như trong ta em có điều tuyệt vọng
dường như trong em ta vẫn đầy hoài mong
mười năm yêu em cũng vẫn là mãi mãi
xin em cùng ta hát để nhớ hoài...

6/ mười năm yêu em ta thấu si, thấm mộng,
lũ trôi, dạt sóng, lá mỏng ta tơi bời...

tình em vẫn hát bên trời
dù ta sắp đuối dòng đời gian nan
đêm nằm mộng biển, reo vang
ngỡ môi em đợi đóa vàng, xuân xanh...

Trường Khanh
mar 26 / 04

TRẢ LỜI THƯ TÍN

1/ Tòa soạn Văn Học Mới, xin chân thành cảm ơn quí thân hữu là Nhà thơ, Nhà văn, Nhà Phê Bình, Biên khảo đã hết lòng ủng hộ..

Rất cảm ơn quí vị đã vì yêu mến VHNT nên không chút lo ngại khi nhiệt tình mua báo dài hạn.

Một niềm hạnh phúc nồng nàn đầy chất khích lệ là gia hạn sự ủng hộ cũng như tiếp tục đóng góp bài vở thường xuyên ... của quí tác giả, quí mạnh thường quân...

Tòa soạn VHM cũng không quên cảm ơn quí vị mua tạp chí của chúng tôi trên Amazon, kể cả mua trong những nhà sách ...

1/Con đường "Lập Đức" của tạp chí VHM vẫn luôn là việc ưu tiên hàng đầu. Vì thế "tiếng thơm đồn xa". Vẫn có lai rai thành viên mới cộng tác, cũng do từ anh em thành viên cũ có quá trình "làm ăn khấm khá với VHM nên giới thiệu cho bạn bè của họ!! Từ đó trong VHM số 20 kỳ đã bắt đầu gia tăng tác giả mua báo dài hạn

2/ VHM một mực thể hiện tình yêu thương quí trọng đến những tác giả đã một đời sống chết với Văn Học Việt Nam, đã để lại nhiều tác phẩm đóng góp.!! (Không phải riêng vì đã cộng tác với VHM mà chúng tôi mới làm số đặc biệt tưởng niệm ...) Mà là thể hiện sống theo đạo lý của dân tộc Việt mình là "Ăn trái nhớ kẻ trồng cây hay uống nước nhớ nguồn..

Có thể kể từ khi VHM ra đời, đã làm số đặc biệt tưởng niếm đến: (Số 2) tưởng niệm nhà thơ/ nhà biên khảo văn học Trần Văn Nam. (Số 6) tri ân nhà thơ/nhà văn/nhạc sĩ Nguyễn Đình Toàn. (Số 8) là số đặcbiệt coi như vinh danh Giai Phẩm Chủ Đề do nhà văn Nguyễn Trung Hối điều hành. (Số 10) tưởng niệm hai nhạc sĩ Nguyễn Hiền và Trầm Tử Thiêng. (Số 13) tưởng niệm Thi sĩ Giáo sư Trần Hồng Châu. Số 16) tưởng niệm nhà thơ Kim Tuấn... Và đến số 20, tưởng niệm nhà thơ/nhà văn Hoài Ziang Duy, một tác giả cộng tác đắc lực với tạp chí Văn Học Mới...Đến số 21 là số không chủ đề gì ...

3/ Trong trang Trả Lời Thư Tín thường kỳ, bổn báo xin giữ nguyền 2 phần trả lời 1& 2. Mục đích để có sự liên tục khi nói đến gồm có bao nhiêu số mà VHM đặc biệt tưởng niệm đến những VNS mà chúng tôi đã làm trong mấy năm qua. Chúng tôi sẽ thông báo trước ít nhất 2 số, về dự trù cho những số tiếp theo sẽ là số tưởng niệm và bài viết chuyên đề về Ký giả / Nhà văn / Thi sĩ Hoài Trinh (trong thời kháng chiến chống Pháp, có in trong cuốn "Thi Nhân Việt Nam Hiện Đại Quyển 1 - Do Phạm Thanh biên soạn - NXB Sống Mới 1959). Nhưng sau khi thảo luận với các nhà biên khảo thì bị trở ngại, bởi 1 lý do thiết yếu và duy nhất là Thi sĩ Hoài Trinh, dù nổi tiếng trong những thập niên trước của thời ông sinh hoạt, nhưng chí có nhiều bản thảo về truyện và thơ mà chưa bung ra đời bằng sách xuất bản. Từ đó kêu gọi người viết thì thiếu hẳn tài liệu. Chính vì thế chúng tôi sẽ tiếp tục tưởng niệm hay vinh danh những tên tuổi dưới đây:

Số 28 Vinh danh Nhà Văn Nguyễn Văn Sâm
Số 31 Tưởng niệm Nhà văn Nguyễn Xuân Hoàng
Số 32 Tưởng niệm Nhạc sĩ Đỗ Lễ
Số 33 Vinh Danh Nhà Thơ Hoàng Xuân Sơn
Số 34 Bắt đầu phát hành vào tháng 11.2024 - mỗi tháng ra 1 số báo ...

4/ VHM số 24 tưởng niệm Nhà văn Nguyễn Trung Hối

5/ Trong 2 tháng vừa qua, VHM làm hai số dồn một, tức là số "22 &23" thuộc số tháng 2 năm 2023 Xuân Quí Mão. Chính bổn báo cũng không ngờ rằng với chỉ mục đích là "Kỷ Niệm 5 Năm Phát Hành Văn Học Mới" thôi!! (Theo dự trù là nhằm giới thiệu sự nghiệp sáng tác của mỗi tác giả) nên dành nhiều trang để họ có dịp tỏ bày... Ngờ đâu rằng "phóng lao thì phóng theo lao" ... Số trang tăng vọt lên chưa từng có trong lịch sử của mọi thời, mọi tờ báo Văn Học. (tăng gần 8 trăm trang). Khiên tờ báo nặng ký như cuốn tự điển.... Phát hành xong, mỗi tác giả đều có trong tay, hẳn nhiên sự trố mắt nhìn và tóm tắt khen ngợi không tiếc lời!!

6/ Trong Văn Học Mối số 22 & 23 Xuân Quí Mão vừa qua, có số lượng tác giả gia hạn mua báo dài hạn cũng tăng đều đặn.... Bổn báo chân thành cảm ơn quí tác giả tích cực cộng tác với VHM và nhiệt tình ủng hộ báo dài hạn. Một hành động nhân quả tốt đẹp là một niềm khích lệ vô cùng lớn lao cho tờ báo thêm mạnh bước chân cứng đá mềm!!

7/ VHM số 27 & 28 đã công bố trước ngày bắt đầu của "Giải Thơ Văn Học Mới 2024" . Thật sự ngày tháng bắt đâu nhận bài là giữa tháng hai và kết thúc đến giữa tháng 5 > Tháng 6 mới công bố kết quả giải, nhưng từ khi bắt đầu công bố sớm trên VHM số 27, đã có hàng loạt người ở khắp nơi đã gửi bài dự thi trước rồi, Đó là một biểu hiện tích cực đầy lạc quan cho Giải Thơ mang tính đột phá và thăng hoa cho "dòng chảy VHNT" ở Hải Ngoại của chúng ta....Mãi cho đến VHM số 29 Xuân Giáp Thìn cận kề đến, số lượng người tham dự càng tiếp tục gia tăng hơn. Chúng tôi đang chuẩn bị đánh "số mật mã cho mỗi tác giả" để giữ công bằng và gửi đến mỗi giám khảo trong hội đồng chấm giải...

8/ Xin quý tác giả **LƯU Ý** , khi gởi bài cho Văn Học Mới - **Bộ mới phát hành mỗi tháng ra một số (1 Tháng / ra 1 số - "Nguyệt San Báo) :**
- Về thơ: Không quá 3 trang...
- Về Truyên ngắn: Không quá 12 trang, nếu hơn ... có thể đăng làm 2 kỳ)

BÀI VỞ GỞI VỀ VĂN HỌC MỚI:

Gởi sáng tác, xin kèm theo địa chỉ, tên thật (có thể), số phone và Email. Gởi đến Văn Học Mới xin vui lòng đừng gởi báo khác. ***Nay Văn Học Mới phát hành theo định kỳ mỗi tháng ra 1 số. Như vậy trong vòng 1 tháng sau đó mà không thấy đăng, thì quí vị có quyền đăng báo khác. Điều quan trọng Văn Học Mới muốn nhắn nhủ đến quí tác giả là: Chúng tôi không đăng bài đã: 1/Đăng trên Facebook. 2/ Hoặc bất cứ đâu. 3/ Không nhận bài vở viết tay...***

Văn Học Mới xin quí vị lưu ý: là tạp chí **không có qui định trả tiền nhuận bút cho bất cứ tác giả nào cộng tác.** *(Vì vậy, mỗi tác giả trong nước khi gởi bài đăng , dưới tác phẩm thơ / văn, ngoài bút danh với tên thật hay điện thoại là tốt... Nhưng xin đừng ghi như bên VN là CMND và tài khoản ..v..v..*

Bài vở đánh máy trên một mặt giấy. Xin dùng Microsoft Word với công cụ đánh chữ **Uni Code hay Unikey** là tốt nhất. Nên dùng Font chữ thông dụng nhất là **Time New Roman.** *Bài vở không đăng chúng tôi không gởi trả lại. Theo nguyên tắc chờ một số mà không thấy đăng, số kế tiếp nếu có đăng thì chúng tôi sẽ thông báo, để quí vị không đăng báo khác...*

TẠP CHÍ VĂN HỌC MỚI
PHÁT HÀNH 12 SỐ /NĂM
BẮT ĐẦU SỐ 34 / PHÁT HÀNH VÀO THÁNG 11/2024

NHẬN BÀI TỪ NGÀY 1 ĐẾN NGÀY 15
NẾU AI GỬI TRỄ - SẼ DỜI LẠI SỐ SAU

Gửi bài vở cho tạp chí Văn Học Mới theo 3 hộp thư:

vanhocmoi4@gmail.com
tapchivanhocmoi.tho@gmail.com
ntlthu1016@gmail.com

Ngân phiếu/ chí phiếu mua báo dài hạn, xin đề:

HA NGUYEN
10291 Arundel, Ave
Westminster, CA 92683 - USA

Một cách rất tiện lợi và nhanh nhất là gởi trả qua công cụ có sẵn trong mỗi. ngân hàng là ; Zelle. (khi tác giả nào cần trả qua Zelle hãy email trước cho biết , sẽ cho số phone , kèm theo tên Ha Nguyen nữa là xong.

GIÁ BIỂU BÁO DÀI HẠN 12 SỐ / NĂM

HOA KỲ / MỘT NĂM / $ 240.00 . HAI NĂM $ 460.00

MUA______/ NĂM

CANADA / AUSTRALIA / PHÁP / ĐỨC
MỘT NĂM $ 280.00 . HAI NĂM / $540.00

MUA______/ NĂM

GIÁ BÁN TẠI CÁC NHÀ SÁCH US $20.00

GIÁ BIỂU BÁO DÀI HẠN 12 SỐ / NĂM

HOA KỲ / MỘT NĂM / $ 240.00 . HAI NĂM $ 460.00

MUA______/ NĂM

CANADA / AUSTRALIA / PHÁP / ĐỨC
MỘT NĂM $ 280.00 . HAI NĂM / $540.00

MUA______/ NĂM

GIÁ BÁN TẠI CÁC NHÀ SÁCH US $20.00

GIÁ BIỂU BÁO DÀI HẠN 12 SỐ / NĂM

HOA KỲ / MỘT NĂM / $ 240.00 . HAI NĂM $ 460.00

MUA______/ NĂM

CANADA / AUSTRALIA / PHÁP / ĐỨC
MỘT NĂM $ 280.00 . HAI NĂM / $540.00

MUA______/ NĂM

GIÁ BÁN TẠI CÁC NHÀ SÁCH US $20.00

GIÁ BIỂU BÁO DÀI HẠN 12 SỐ / NĂM

HOA KỲ / MỘT NĂM / $ 240.00 . HAI NĂM $ 460.00

MUA______/ NĂM

CANADA / AUSTRALIA / PHÁP / ĐỨC
MỘT NĂM $ 280.00 . HAI NĂM / $540.00

MUA______/ NĂM

GIÁ BÁN TẠI CÁC NHÀ SÁCH US $20.00

Chúng tôi NHẬN in ấn tác phẩm thuộc VHNT

NHÀ XUẤT BẢN VĂN HỌC MỚI

Phát hành toàn cầu qua hệ thống Amazon.
Sẽ giao đến tận nhà quí vị. Trên
tinh thần ủng hộ quí Văn Nghệ Sĩ
và thân hữu trong giới sáng tác
Liên lạc Hà Nguyên Du

vanhocmoi4@gmail.com
tapchivanhocmoi.tho@gmail.com
ntlthu1016@gmail.com

Tranh bìa: Dư Âm - Tranh Họa sĩ Phan Chánh Khánh

Trình bày Bìa & Nội dung: HÀ NGUYÊN DU

*

www.ingramcontent.com/pod-product-compliance
Lightning Source LLC
LaVergne TN
LVHW050913210926
848482LV00012B/418
9798349520556